திரு

நர்சிம்

சொந்த ஊர் மதுரை. பணி நிமித்தம் வசிப்பது சென்னையில். 2007ல் எழுதத் தொடங்கி, தொடர்ந்து தமிழின் முதன்மையான இதழ்களில் சிறுகதைகள் மற்றும் தொடர்கதைகள் பிரசுரமாகிக்கொண்டிருக்கின்றன.

மதுரையை, அதன் மாந்தர்களை எழுதுவதில் அதிக ஆர்வம் கொண்டவர்.

அய்யனார் கம்மா (2010), ஒரு வெய்யில் நேரம் (2012), பைத்தியக்காலம் (2017), மதுரைக் கதைகள் (2017), ஆட்டம் (2020), நிகழ்ந்தாய் முகிழ்ந்தேன் (2021) ஆகிய சிறுகதைத் தொகுப்புகளும்...

தீக்கடல் (2010), தற்கொலைக்கு முயன்று தோற்றவன் (2013), காமத்தின் மீது பொழியும் மழை (2018), உன்னோடான உரையாடல் (2021) ஆகிய கவிதைத் தொகுப்புகளும்...

அலப்பறை (2017), சார்மினார் எக்ஸ்பிரஸ் (2020) ஆகிய நாவல்களும் இதுவரை வெளிவந்துள்ளன.

'அய்யனார் கம்மா' என்ற சிறுகதை குறும்படமாக எடுக்கப்பட்டு, ஃபெட்னா உட்பட பல விருதுகளை வென்றுள்ளது.

சமீபத்தில், (2021) Bynge App என்ற புதிய தளத்தில் எழுதிய 'மிளிர்மன எழில்மதி' என்ற தொடர் மிகுந்த வரவேற்பைப் பெற்றது.

narsim267@gmail.com

கூடு

நர்சிம்

டிஸ்கவரி பப்ளிகேஷன்ஸ்
எண்: 9, பிளாட் எண்: 1080A, ரோஹிணி பிளாட்ஸ்
முனுசாமி சாலை, கே.கே.நகர் மேற்கு,
சென்னை - 600 078. பேச: 99404 46650

சூடு (சிறுகதைத் தொகுப்பு)
ஆசிரியர்: **நர்சிம்**©

SOODU (Short Stories)
Author: **Narsim**©

Printed : Ramani Print Solutions, Chennai -5.
First Edition: Dec - 2021
வெளியீட்டு எண்: 0036
ISBN: 978-93-91994-11-2
Pages: 96

Rs. 120

Publisher • Sales Rights

Discovery Publications	**Discovery Book Palace (P) Ltd**
No. 9, Plot,1080A, Rohini Flats, Munusamy Salai, K.K.Nagar West, Chennai - 600 078. Mobile: +91 99404 46650	No. 6, Mahaveer Complex, Munusamy Salai, K.K.Nagar West, Chennai-600 078. Ph: (044) 4855 7525 Mobile: +91 87545 07070

discoverybookpalace@gmail.com
WWW.DISCOVERYBOOKPALACE.COM

இந்த நூலில் பிரசுரமாகியுள்ள எந்த ஒரு பகுதியையும் பதிப்பாளரின் எழுத்துபூர்வமான முன்அனுமதி பெறாமல் எடுத்தாள்வதோ, மறுபிரசுரம் செய்வதோ, மொழியாக்கம் செய்வதோ, அச்சு மற்றும் மின்னணு ஊடகங்களில் மறுபதிப்பு செய்வதோ, காப்புரிமைச் சட்டப்படி தடை செய்யப்பட்டுள்ளது. இந்த நூலிலிருந்து குறிப்பிட்ட பகுதிகளை மேற்கோள் காட்டி புத்தக விமர்சனம் செய்ய, ஊடகங்களுக்கு மட்டும் அனுமதி உண்டு.

உங்கள் மொபைல் போனிலிருந்து ஸ்கேன் செய்து டிஸ்கவரி புக் பேலஸின் மொபைல் ஆப்பை டவுன்லோடு செய்து, புத்தகங்களை வாங்குங்கள்.

ஒரு சுடரைப்போல்
நிதானமாய் மிளிர்ந்த
பெரியம்மாவுக்கு...

பொருளடக்கம்

1. சூடு 9
2. கல் 24
3. வெளிச்சம் 36
4. மீட்சி 49
5. அச்சு 61
6. வடு 72
7. மீனுக்குட்டி 80

சூடு

ஏழாவது ஆண்டுப் பரீட்சை முடித்த கோடை விடுமுறை என்று நினைவு. வழக்கம்போல் வீட்டு வாசலில் வரிசையாக மாட்டு வண்டிகள் வந்து நின்றன.

“அய்ய் சூடு அடிக்கிறவங்க வந்தாச்சு”

அக்காவின் குரல் கேட்டு கொல்லைப்பக்கம் ஓடினேன்.

ஒவ்வொரு ஆண்டும் ஊருக்குள் இந்தக் குழு வருவார்கள். வீட்டிற்குப் பின்னால் பெரிய காலி இடம் இருக்கும் வீடுகள்தான் அவர்கள் தங்கும் இடம். அப்படித் தங்க இடம் தரும் வீட்டினரின் வயலுக்கு இலவசமாக சூடு அடித்துத் தாருவார்கள்.

ஒரு குழுவிற்கு பத்திலிருந்து பதினைந்து பேர் இருப்பார்கள். எல்லோருமே ஆறடிக்கும் மேலான உயரத்தில் திடகாத்திர உடலமைப்பில் இருப்பார்கள். இராணுவம் போல் இருக்கும் அவர்களுக்குள் நடக்கும் செயல்பாடுகள்.

மேஸ்திரி ஒருவர். அவர் தலைமையின் கீழ்தான் குழு இயங்கும். விளைந்த நெற்கதிகளை அறுத்து, பரப்பி, அதன்மீது முதலில் மாடுகளை சுற்ற விட்டு, பிரிந்த நெல்மணிகளைக் குவித்து, காற்றின் எதிர்திசையில் தூற்றி, நெற்களைத் தனியாகப் பிரித்து மூட்டையாகக் கட்டி வீட்டில் இறக்கிவைப்பது வரை, கச்சிதமாகச் செய்து முடித்து அடுத்த ஊர் வயல்களைப் பார்க்கப் போய்விடுவார்கள்

இதில், மாடுகளைப் பராமரித்தல், அந்தக் களத்தை தயார் செய்வது என பல துறைகள். மாட்டு சாணம் போட்டு மொழுகி, களத்தை அவர்கள் தயார் செய்யும் விதமே பார்க்கப் பிடிக்கும் விதமாய் இருக்கும். புதரும், கல்லும் மண்ணுமாய் இருக்கும் இடத்தை அரை நாள் வேலையில் அற்புதக்களமாக மாற்றி விடுவார்கள்.

மாடு ஓட்டிய பின்னர், எஞ்சிய கதிர்களைக் கட்டாகக் கட்டி, சிறிய தாம்புக்கயிற்றை கையில் சுற்றிக்கொண்டு, மர பெஞ்சைப் போட்டு அதில் அந்தக் கட்டுகளை அடித்து நெற்களைப் பிரிப்பது அடுத்த கட்டம்.

ஒருவர் கட்டைத் தூக்கி எறிய, அதை கயிற்றோடு காற்றில் பிடித்து சுழற்றி ஓங்கி அடிப்பது ஓர் ஓவியம் போல் இருக்கும்.

இதெல்லாம் களத்தில், வயலில் நடைபெறும் சங்கதிகள்.

இதில் ஈடுபடுபவர்கள் பகலில் கிளம்பி களத்திற்குப் போய் விடுவார்கள்.

இவர்களின் உணவிற்கு ஒருவர் பொறுப்பு. குழுவில் சற்று வயதானவராய் இருப்பார். அவருக்கு ஓரிரு உதவியாளர்கள்.

இந்த மூவரும் வீட்டின் பின்பக்கம்தான் பெரும்பாலும் இருப்பார்கள். அவர்கள் இருக்கும் அந்த ஒரு மாதம் முழுவதும் கொல்லையை சுத்தமாய் வைப்பதில் துவங்கி, வீட்டின் இன்னபிற வெளிவேலைகளை அவர்களே செய்துவிடுவார்கள்.

பெரிய கற்களை ∴ வடிவில் வைத்து, அடுப்பாக மாற்றியதும், அதன் அருகே பெரிய இரும்பு வாளிகள், பெரிய அண்டா, குவளை என வரிசையாக அடுக்கி விடுவார். ஓரத்தில் இருக்கும் பெரிய வாளியில் எப்போதும் நீர் நிறைந்து ததும்பும்.

பெரிய அரிவாள்மனை. நன்றாக வளைந்து, நிமிர்ந்து நிற்கும் ஒரு பெரிய சேவல் போல் இருக்கும்.

மொத்தமாய் வாங்கிவரும் காய்கறிகளை ஒருவர் அரிந்து கொண்டே இருக்க, சமையல் வைபவம் ஆரம்பமாகும்.

படிக்கட்டுகளில் அமர்ந்து இதை வேடிக்கை பார்ப்பது அவ்வளவு சுவாரஸ்யமாக இருக்கும். ஏனெனில் கொஞ்சம் கொஞ்சமாக காற்றில் விரவும் அந்தக் குழம்பு வாசனை. நீர்ம நிலையில், கொதிக்கக் கொதிக்கக் கிளம்பும் அந்த வாசனை பசியைக் கிளறிவிடும்.

பெரிய அண்டாவில் இருந்து இறக்கி, ஓலைப்பாயில் ஆவி பறக்க பூப்பூவாய் உதிர்ந்த நிலையில் இருக்கும் சோற்றின் அந்த வெண் நிறம். அதன் மேல் ஊற்றிக் குழைத்து அடிக்கப்படும் குழம்பு என பரவச நிலைக்குள் கூட்டிப்போய்விடுவார் முண்டாசுப் பெரியவர்.

எப்போதும் மேல் படியில் உயரத்தில் அமர்ந்துதான் பார்ப்பேன். அன்று இறங்கி, முதற்படியில் அமர்ந்து பார்த்துக்கொண்டிருந்தேன்.

அம்மாவோ, அக்காவோ காய்கறிகளை இப்படி வெட்டியது இல்லை. இவர் சரசரவென வெட்டி நீரில் தூக்கிப் போடுவதே விந்தையாக இருந்தது. காயின் கடைசித் துண்டு வரை வெட்டுண்டது. அக்காவைச் சுற்றிலும் அவ்வளவு காய்த்துண்டுகள் குப்பையாக கழிந்து கிடக்கும். அந்த பெரிய அரிவாள்மனையை அசையாத வாறு அவரின் கால் பிடித்திருந்த விதமும், அனிச்சையாக கைகள் செயல்படும் விதமும் வியப்பாக இருந்தது.

நேரம் ஆக ஆக பரபரப்பாகிவிடுவார். முண்டாசைக் கழட்டி இறுக்கிக் கட்டிக்கொள்வார்.

ஏனெனில் வேட்டை முடித்து குதிரையில் வரிசையாக வரும் வீரர்கள் போல் வண்டிகள் வரத்துவங்கிவிட்டால், வந்ததும் வரிசையாக அமர்ந்து விடுவார்கள், சாப்பிட.

அவருடையே ஒரே தலையாய கடமை, அவர்கள் அப்படி மாடு போல் உழைத்துக் களைத்து வந்து அசந்து அமரும்பொழுது, வக்கனையாக இப்படி சுடச்சுட ஆக்கிப்போட வேண்டும் என்பதே. அரைமணிக்கு ஒருதரம் கிணற்றடிக்கு அந்தப் பக்கமாய் போய் நின்று விட்டு வருவார்.மற்ற நேரம் எல்லாம் அடுப்புக்கல்லே கதி.

வீட்டிற்குப் பின் இருக்கும் வேப்பமரத்தின் கிளையில் நீண்ட மின்ஒயரை இழுத்து பல்பை தொங்க விட்டிருப்பதால், அந்த மந்தமான வெளிச்சம், கொல்லைப்பக்கம் வேறு இடம் போல் காட்டும்.

பகலில் பெரும்பாலும் எந்தப் பிரச்சனையும் இல்லாமல் பார்த்து விடுவேன். இரவு உணவு தயாரிப்பதும், இரவில் அவர்கள் வந்து சாப்பிட்டு, கலகலகப்பாக பேசுவதைப் பார்ப்பதும் கொஞ்சம் சிக்கல். ஏனெனில் இரவு எட்டு மணி என்பதே அதீத தாமதம். சாப்பிட்டுப் படு என அம்மா அணத்த ஆரம்பித்துவிடுவாள்.

பகலில் அவ்வப்பொழுது அந்தப் பக்கம் வரும் அப்பா, "என்னா மேஸ்திரி, இவனையும் அப்பிடியே ஒங்க கூட கூட்டிப்போங்க, நாலு ஊர் பாக்கட்டும், வீட்லயே இருந்து சுகம் காணுறான்" போன்ற சவடால் சொற்களை வீசிவிட்டுப் போவார்.

பாபு மந்தையில் இருக்கும் ஆஸ்பத்திரியில் வேலைக்கு சேர்ந்திருந்தான். "புண்ணுல மருந்த அப்பிடியே லேசா ஊத்துனா குபுகுபுனு நொர வருது பாத்துக்க, பூராம் பிச்சுக்கிட்டு வந்துரும்டுயேய்.." என சாகசங்களை விளக்க ஆரம்பித்து விட்டான். கோடை விடுமுறை இரண்டு மாதங்கள் வேலை பார்த்தல் என்பதும் சம்பளம் வாங்குவது என்பதும் ஏதோ மிகப்பெரிய ஒன்றாகத் தோன்றியது.

"நானும் வர்றேண்டா"

"ஒங்க வீட்லலாம் விடமாட்டாங்கடா, ஒனக்கெதுக்கு" என்றான் ரகு.

"ஒங்கப்பு திட்டுவாருடா நீ வேற"

என கையை ஒருமுறை என்னை நோக்கி நீட்டி மடக்கினான் பாபு.

முதல் ஓரிரு நாட்கள் பாபுவும் ரகுவும் அற்ற தனிமையைப் போக்கி, என்னை வேறோர் உலகத்திற்குக் கூட்டிப்போனது இந்த சூடடிக்கும் குழுதான். கொல்லைப்பக்கமே கதி என்று கிடந்தேன். சென்ற கோடை விடுமுறையில் நானும் பாபுவும் மணலைக் குழைத்துக் கட்டிய சிறிய கோயில் சிதிலமடைந்து இருந்தது. அதன் உடைந்த பகுதியில்தான் உப்புப் பாக்கெட்டை வைப்பார் முண்டாசுப் பெரியவர்.

மேல்படியில் இருந்து கீழ்படிக்கு வந்து, பிறகு உப்பு எடுத்துக் கொடுப்பது, உள்ளே எட்டிப்பார்த்து,

யாரும் வரவில்லை என்பதை உறுதிப்படுத்திக்கொண்டு, அரிவாள்மனையில் கம்மாக் கத்திரிக்காயை ஒரு முறை அரிந்து கொடுப்பது, அடுப்பில் கொதிக்கும் சாம்பாரை, குச்சிக்கரண்டியால் கிண்டி விடுவது. தேங்காய் சிரட்டையை குச்சியில் சொருகி கரண்டி செய்யும் முறையைப் பழகுவது என முன்னேறி இருந்தேன்.

“இதுதான் நேக்கா, இதுல மாட்டப் பூட்டினா அதுபாட்ல போகும்”

என மாட்டுவண்டியின் பாகங்கள் குறித்து மதிய நேரம் விளக்குவார். முன்னோக்கி சாய்க்கப்படிருக்கும் வண்டியில் சரிந்து படுத்திருப்பது சுகமாய் இருக்கும்.

எல்லாம் நல்லபடியாகத்தான் போய்க்கொண்டிருந்தது, நான் அந்த அடுப்புக் கல்லை தெரியாமல் இடறி நகர்த்தும் வரை. அவர் காலில் சாம்பார் கொட்டும் வரை.

கல் சரிந்து, சாம்பார் சுடச்சுட அவர் காலில் கொட்டி கொப்புளங்களாக ஆகிவிட்டன.

“அட, அழுவாதீங்க தம்பி”

உள்ளே எட்டிப் பார்த்துப் பார்த்து விசும்பினேன். அப்பாவோ, அக்காவோ பார்த்தால் அவ்வளவுதான் என பயம் கவ்வியது. அப்பா எங்கோ வாசலில் நீண்டதூரம் தள்ளி நின்றிருந்தார்தான். அப்படியும் பயம் பீடித்தது.

“அட, விடப்பா” என காலை உதறி, நீரை ஊற்றினார்.

தோல் பிய்ந்துகொண்டு தொங்கியது. சரியான சூடு. ஒரு கத்திரிக்காய்த் துண்டு, அவர் மேற்பாதத்தில் ஒட்டி, சிறிய மீன்போல் இருந்தது. கொதித்துக் கொட்டிக்கொண்டிருந்த சாம்பார் வாளியில் இருந்து வாசம் இன்னும் அதிகமாக வந்தது.

நேரம் ஆக ஆக, அவர் கால் வீங்கி, கொப்புளங்கள் உடைபட்டு நீர் வடியத் துவங்கியது.

அவரால் வலி பொறுக்க முடியாமல் முணகினார்.

உள்ளே ஓடிச்சென்று உண்மையைச் சொன்னால் அப்பாவே உதவக் கூடும். ஆனால் திட்டு விழும். பாபு வேலை பார்க்கும் ஆஸ்பத்திரிக்குப் போகலாம் என முடிவெடித்து அவரை அழைத்தேன்.

"அட நீங்க ஒரு பக்கம். போங்க தம்பி, இது சரியாப்போயிரும். இப்ப வர்ற ஆளுகளுக்கு கொழம்புக்கு என்ன பண்றதுனுதான் ரோசனையா இருக்கு"

என காலை மெதுவாக நகர்த்தி எதையோ தேடினார்.

அன்று பார்த்து அவரின் உதவியாளர்களும் களத்து மேட்டிற்குப் போய்விட்டிருந்தார்கள்.

நான் பேசுவது அவருக்கு கொஞ்சம் எரிச்சலாக இருந்திருக்க வேண்டும். "நீங்க உள்ள போங்க தம்பி" என்று இரண்டு மூன்று முறை சொன்னார்.

எனக்கு என்ன செய்வதென்றே தெரியவில்லை.

உள்ளே, சுவரில் கவிழ்த்தப்பட்ட என் தட்டை ஆணியில் இருந்து விடுவித்து வைத்துக்கொண்டு அமர்ந்தேன்.

"என்னடா உம்முனு இருக்க"

அம்மாவிடம் சொன்னால் ஏதாவது மருந்து கிடைக்கும் அவருக்கு எனத் தோன்றியது. ஆனால் மிகச்சரியாக அப்போது அக்கா தண்ணீர் குடிக்க வந்து நின்றாள்.

மென்று விழுங்கினேன், சோற்றையும் நான் செய்த செயலையும்.

“என்னடா கோழி கிண்டினமாதிரி தட்டுல கோலம் போட்டுட்டே இருக்க, அள்ளித் திண்ணுடா”

கை கழுவிக்கொண்டே எட்டிப் பார்த்தேன்.

போட்டது போட்டபடி அமர்ந்திருந்தார், முண்டாசைக் கழட்டி குத்துக்காலில் அமர்ந்திருந்த வண்ணம் காலில் மொய்க்கும் ஈக்களை ஓட்டிக்கொண்டிருந்தார்,

அடுப்புக் கல் சரிந்து, வாளி பாதியாகக் கவிழ்ந்து சாம்பார் கொட்டிய இடம் காய்ந்து கொண்டிருந்தது,

பார்க்கவே மிகவும் சங்கடமாய் இருந்தது

அவரை எப்படி அழைப்பது என்ற குழப்பம் வந்தது. நிச்சயமாக அண்ணன் வயது அல்ல, ஆனால் தாத்தாவும் அல்ல. அய்யா என்று அழைக்கலாம் என்பதெல்லாம் அப்போது தெரிந்திருக்கவில்லை.

படிகளில் இருந்து இறங்கி, அரிவாள் மனையை எடுத்து பாத்திரத்தின் மீது படும்படி வைத்தேன். சத்தம் கேட்டு நிமிர்ந்தவர்,

“சாப்ட்டாச்சா?” என்றதும் இன்னும் கொஞ்சம் வருத்தம் ஆனாது,

“ஆஸ்பத்திரி போலாம்ல”

ஆட்காட்டி விரலையும் கட்டை விரலையும் ஒருசேர்த்து அசைத்து துட்டு வேணும்ல, அட அதுகூட இருக்குன்னு வைய்யி, இப்ப இவனுங்க வர்ற நேரம், நான் ஆக்கணும்ல, செத்தவடத்துல சரியாகிரும்”

அங்கேயே நின்றேன். அவருக்கு ஏதாவது செய்ய வேண்டும் போல் இருந்தது. அதை உணர்ந்தாரோ என்னவோ, வீட்டிற்கு உள்ளே எட்டிப்பார்த்துவிட்டு

மெல்லிய குரலில்

“இந்தக் காலவச்சுக்கிட்டு கடைக்குப் போக முடியாது”

நான் மலர்ச்சியாக தயாரானேன். அவருக்குப் பதிலாகப் போய் வாங்கிவந்து கொடுத்தால் இந்தக் குற்றவுணர்வில் இருந்து தப்பலாம் எனத் தோன்றியது.

“சொல்லுங்க, சௌந்தர் கடைலயா, கல்லுக்கடைலயா?”

அவருக்குப் புரியவில்லை. அம்மா எப்போது தேங்காய்ச் சில்லு வாங்கிவரச்சொன்னாலும் சௌந்தர் கடைல போயி என்பாள். மற்ற வத்தல், ஆல்பக்கோடா போன்ற வித்தியாசப் பொருட்களுக்கு கல்லுக்கடை. பட்டியக்கற்கள் போட்டு, சற்று மேடு ஏறி இருக்கும் கடை அது.

“எனக்கு ஒரு சிசர் சிகரெட்டு, ஒரு பீடிக்கட்டு வேணுமே, அது இல்லாம தலையெல்லாம் கிர்ர்ர்னு இருக்கு... நடக்க முடியலயே” என தன் வேட்டியில் முடிந்து வைத்திருந்த காசை எடுத்து நீட்டினார்.

எனக்கு எதுவும் கேட்கவில்லை. அவர் நீட்டிய கரம் சற்று மங்கலாகத்தான் தெரிந்தது.

அவரிடம் இருந்து பணத்தை வாங்கிக்கொண்டு திண்ணை வரை வந்துவிட்டிருந்தேன் என்பதையே அக்கா என்னடா எனக் கேட்டதும் தான் உணார்ந்தேன். காசை டவுசர் பாக்கெட்டில் வைத்திருந்தேன்.

“ஒன்னுமில்ல, என்னா?”

“கோழியத் திருடுனவன் மாதிரி இருக்கே முழி”

”எப்ப பாரு எதாவது சொல்லிட்டே இருக்க, அம்மாட்ட சொல்றேன் பாரு” என அழுகையும் ஆத்திரமுமாய் போய் அம்மாவை எழுப்பினேன். மதியத் தூக்கத்திலிருந்து

அம்மாவை எழுப்புவதன் பின்விளைவுகளை அறிந்த அக்கா உடனே பதைத்து பின்னாலேயே ஓடிவந்தாள்.

“டேய்! எப்பவும் மாதிரி சும்மா விளாட்டுக்குத்தான சொன்னேன்”

உதடுகள் பிதுக்கி, கண்களில் நீரோடு “போ” என தலையை அசைத்து அவளைப் பார்த்து நான் சொல்லவும்

அவளுக்கு ஒன்றும் புரியவில்லை. அதற்குள் நான் உலுக்கியதில் எழுந்த அம்மா,

அரைத்தூக்கத்திலேயே “என்னாடா! இப்ப தட்டுகெட்டுப்போச்சு” எனக் கத்த... நான் அக்காவைக் கைகாட்ட, அருகில் இருந்த எதையோ எடுத்து அக்காவை அடிக்கப் போனாள்.

“ஒரு பத்து நிமிசம் தூங்க விட்டா என்ன” என சத்தம் தோய்ந்து கேட்டது.

நான் தெருவிலிருந்து சௌந்தர் கடை நோக்கிப் போய்க் கொண்டிருந்தேன்

ஆனால் அங்கு இதுபோன்றவை இருக்காதே, இருக்குமா? எப்போதும் பெண்கள் அரைவட்டமாய் கடையை அடைத்து நிற்பார்கள், தேங்காயை உடைத்து சிரட்டையில் நீர் வழிய வாங்கிக் குடிப்பதும் சிரிப்பதுமாய் அங்கு எப்போதும் பெண்கள் கூட்டம்தான்.

இவர் சொன்ன இந்த சாமான் இருக்க வாய்ப்பில்லை எனக் குழம்பினேன்.

பாபுதான் சரியான ஆள்.

அவனை நினைக்கும்போதே அப்பாட எனும் நிம்மதியும் வந்தது.

நேராக வண்டியை அவனை நோக்கி விட்டேன். மதிய வெய்யிலுக்கு காலில் சூடு ஏறியது. செருப்பு போட்டு வந்திருக்கலாம், ஆனால் ஏதோ ஒரு நினைப்பில் நடந்துகொண்டிருந்தேன்.

மந்தையை அடையும்போது 76 காரியாபட்டி பஸ், ஸ்டாப்பில் நின்று கிளம்பியது. இந்த பஸ்ஸிற்காக அக்காவோடு வந்து நின்றால், குறைந்தபட்சம் அரைமணி நேரம் நிற்க வேண்டும் அப்படியும் வரவே வராது. வீட்டிற்குப் போய்விடலாம் என நான் அழத்துவங்கும் போதுதான், "இர்றா வருது பாரு" என தூரத்தில் வெள்ளைக்கலர் தகரம் தென்படுவதைக்காட்டுவாள். ஒரு பக்கமாய் சரிந்து கூட்டம் எல்லாம் படியில் தொங்கிக்கொண்டு வரும். இன்று யாருமே இல்லாமல் போகிறது.

பஸ் கிளம்பிய புழுதியும் புகையும் அடங்கியதும் கிராஸ் செய்து போய் அந்த ஆஸ்பத்திரியின் முன் நிற்கும்போதுதான் பூட்டி இருந்ததை கவனித்தேன். மதிய நேரம். சாப்பிடப் போயிருப்பார்கள். அக்காவை அம்மா அடித்திருப்பாள், அக்கா பாவம். ஆனால் என்னை எப்போதும் இப்படி ஏதாவது சொல்வதும் தவறுதான் எனத் தோன்றியது. கண்களைத் துடைத்துக்கொண்டெ எதிர்ப்பக்கம் பார்த்தேன்.

பிச்சைக்கடை. கடையின் வலப்பக்கம் பெரிய முக்காலி இருக்கும். அதில் அழகாக வட்டவடிவில் வெற்றிலையை அடுக்கி வைத்திருப்பார். எப்பொழுதும் ஈரம் சொட்டும். அவர் தலைக்குப் பின்னால் கண்ணாடியில் வரிசையாக அழகாக சிகரெட் பெட்டிகள் அடுக்கப்பட்டிருக்கும். கடை முழுதும் சிகரெட்தான். இடது பக்கம் வாழைத்தாறு தொங்கும். எப்போதும் கூட்டம் இருக்கும். சிகரெட் வாங்கி, அருகில் இருக்கும் கயிற்று நெருப்பில் பற்ற

வைத்து, வாழைப்பழத்தை பிய்த்துக்கொண்டு நிற்பார்கள், எவரேனும். எப்போதேனும் பாய் கடை பூட்டி இருந்தால், நட்ராஜ் பென்சில் வாங்க அங்கு போவது உண்டு. ஏதோ ஒரு வாசனை கமகமக்கும்.

கடையில் எவரும் இல்லை. மதியம் என்பதால் இருக்கலாம். ஓடிப்போய் வாங்கிக்கொண்டு போய்விடலாம் எனத் தோன்றியது.

அருகில் சென்றதும், கடைக்காரர் என்ன நினைப்பார் எனத் தோன்றியது. கையால் தொடாமல் ஒரு கவரில் போட்டுக்கொடுக்கச் சொன்னால், நமக்கில்லை என நினைப்பார் என்று யோசனை.

அருகில் போன நொடியில் பழனி அண்ணன் வந்தார் அங்கு.

“என்னடா, எங்க ஒங்க அண்ணனக் காணம்?”

“மெடி...க்கல்” என கையைக் காட்ட

அவர் சிரித்துக்கொண்டே “நான் மெடிக்கல் டாப்புல இருந்து தாண்டா வர்றேன், இன்னிக்கு வரல, சரி நீ என்ன பண்ற இங்க?”

அவர் எதுவுமே கடையில் கேட்கவில்லை. ஆனால் அவர் நீட்டிய கையில் எப்போது சிகரெட் வைக்கப்பட்டது, எப்போது அதை புகைமயமாய் மாற்றினார் எனக் குழம்பிக் கொண்டிருந்தேன். புகை வழிய, தலைய மேல் நோக்கி வெட்டி மீண்டும் கேட்டார்.

“இங்க என்னடா பண்ற?”

“பாபு”

“அவென் சாப்ட போய்ட்டானே, இங்கல்லாம் நிக்காத, போ”

விட்டால் போதும் என தலைதெறிக்க ஓடினேன்.

ஒருவேளை நான் கடையை நோக்கிப் போனதை கடைக்காரர் பார்த்துக்கொண்டே இருந்து பழனியண்ணனிடம் சொல்லி இருப்பாரோ எனத் தோன்றியது.

"என்னடா, லீவு விட்டா ஊர் வெய்யில்லாம் ஒங்க தலைலதானா"

பாபுவின் அம்மா கேட்க, அதற்கு பதில் சொல்லாமல் சிரித்தேன். பாபு ரெஸ்ட் எடுப்பதாக சொன்னான். வேலைக்குப் போகிறானாம்.

"வெளில வாடா"

"ப்ச், டேய், நாலு மணிக்கு போகணும்டா, நீ சும்மா வீட்ல இருக்க"

என் முகத்தைப் பார்த்தவன், அவனாகவே ஏதோ புரிந்தது போல் என் பின்னாலேயே வாசலுக்கு வந்தான்.

நடந்தவற்றைச் சொன்னதும்,

"பீடியா, பிச்ச கடைல வாங்குனா, ஒங்கப்பு டவுனுக்குப் போம்போது க்ளீனா சொல்லிருவான் அந்தாளு, பாத்துக்க"

இவனிடம் பழனி அண்ணன் பார்த்ததை சொன்னால் அவ்வளவுதான். இன்னும் பயமுறுத்துவான் எனத் தோன்றியது.

"சரிடா! அதுக்கு எதுக்கு இப்பிடி வேர்க்குது"

எனக்கு அப்படி ஒன்றும் தெரியவில்லை. முகத்தைத் துடைத்தேன். கொஞ்சம் பிசுபிசுப்பாக இருந்தது. அவ்வளவுதான்.

"பேசாம நேரா போய் சூடு அடிக்கிற ஆள்ட்ட குடுத்து, கடை மூடி இருக்குன்னு சொல்லிரு"

“நீ வந்து சொல்லுறயா பாபு”

“டைம் இல்லடா, சரி நீ போ, நான் அப்பறமா வர்றேன்”

திண்ணையில் அமர்ந்திருந்தாள் அக்கா. படியில் அமர்ந்திருந்த அம்மா அவள் முடியில் பேன் பார்த்துக் கொண்டிருந்தாள்.

அவர்களுக்கு எதிராக அமர்ந்தேன்.

அக்கா முகத்தை திருப்பிக்கொண்டாள். ஒரு தட்டு தட்டி சரியாகத் திருப்பினாள் அம்மா.

மூடைகள் வந்து இறங்கின.

அக்காவும் அம்மாவும் உள்ளே போய்விட்டார்கள்.

“என்னா பெருமாள் மேஸ்திரி, அடுத்து எந்தூரு, இல்ல நேரா செங்கப்படதானா?”

அப்பா அடிவயிற்றில் இருந்து ஆரம்பித்தார் குரலை.

“இன்னும் ரெண்டு நாள், அத்தோட ஊரப்பக்கம் போய்றனும், பாதி வய கட்டடமா போச்சு, அம்புட்டுத்தேன் இங்கன இனி”

“அங்குட்டுல்லாம் மெஷின் வந்துருச்சப்பா, இன்னும் நம்மூர்லதான் இப்பிடி மாட்டவச்சு சூட்ட அடிச்சிக்கிட்டு இருக்கோம். வர்றது ஏக்கருக்கு முப்பது மூட, இதுல நீ கீழ சிந்துறது பாதி, மீதிய கூலி கும்பினு, கட்டி வாடகைக்கு விட்டு ஒக்கார வேண்டியதுதான்”

பேசிக்கொண்டே மூடைகளை மொட்டைமாடிக்கு ஏற்றிக் கொண்டிருந்தார்கள்.

பாதி மூடையை திண்ணையில் இறக்க வேண்டும்.

நான் உள்ளே போனேன்.

கூடத்தில் அமர்ந்ததைப் பார்த்து, அக்கா, “என்னடா! பின்னாடி போல?” என்றாள்.

இல்லை என்பதுபோல் தலையாட்டினேன். என் கண்ணில் இருந்து ஓரிரு சொட்டுகள் உருண்டன.

அருகில் வந்தவள், “அம்மா அடிக்கலடா அப்பாத” என்றாள்.

அவள் வயிற்றில் முகம் புதைத்து கண்களைத் துடைத்துக் கொண்டேன். தலையைக் கோதி விட்டாள்.

இரண்டு நாட்களும் நான் கூடத்திலேயேதான் இருந்தேன்.

“அப்பாட, சூடு அடிக்கிறவங்க போயாச்சு, இனிமே பின்னாடி நிம்மதியா போகலாம்”

அக்கா சொன்னதும், படுக்கைலிருந்து எழுந்து வேகமாய் ஓடினேன்.

அடுப்புக் கற்கள் கருமை படிந்து ஓரமாக எடுத்து வைக்கப்பட்டிட்ருந்தன. புண்ணிற்கு கட்டும் பேண்ட் எய்ட் துணிப் பண்டிலின் மிச்சமும், கல்லு உப்புப்பாக்கெட்டும் கோயிலின் மேல் இருந்தன.

மற்றபடி அந்த இடம் வெறிச்சோடி இருந்தது.

- ஜூன்’21

கல்

நல்லக்காள் கேட்ட கேள்வி சிரிப்பை வரவழைத்தது எனக்கு.

"சொல்லு, நெசமாத்தானா"

"அதெல்லாம் பண்ணமுடியாது நல்லக்கா. எவெஞ்சொன்னது உங்கிட்ட?"

என்னுடைய பதில் திருப்தியாக இல்லை என்பது நல்லக்காள் முகத்தில் தெரிந்தது. கண்களில் பயம். உதட்டை ஈரப்படுத்திக் கொண்டே கையில் இருக்கும் விளக்குமாற்றின் பிடியை திருப்பி ஒரு தட்டு தட்டி சமப்படுத்திக் கொண்டு கூட்டுவதற்குத் தயாரானாள்.

நல்லக்காள், ஆண்டாண்டு காலமாக வீட்டில் பணி செய்யும் பெண்மணி. அவருடைய அம்மா, பாட்டி என நீண்டகால பந்தம். அதனால் வீட்டில் ஒருவர் போல்தான்.

என்னை வளர்த்த ஆள் என்பதால் தனிப்பிரியம் எப்போதும் இருக்கும், எங்கள் இருவருக்கும்.

“அட சொல்றேன் நம்ப மாட்ற”

“இல்ல சீனி, அந்தாளு சொன்னதுல இருந்து என்னண்டோ மானிக்க இருக்கு. வவுத்தப் பொறட்டுது“

சொல்லிக்கொண்டே கழுத்தில் அப்பியிருந்த வியர்வையைத் துடைத்தாள்.

“டி.வி பொட்டில தெரியுமாம்ல, மண்டைக்கு மேல படம் புடிச்சுருமாம்”

கூட்டிக்கொண்டே சொல்லசொல்ல, நான் சிரித்தேன்.

“ஏன் நல்லக்கா, அப்டின்னா ஒருத்தனும் நாட்ல இருக்க முடியாதுல்ல”

“அந்த மெஷினிக்குள்ள ஏதோ லப்பரு வயரு இருக்காம்ல, அதுவும் கல்லு லப்பராம். அந்தாளு கைய்யில இருக்குற போனுக்குள்ள அது காட்டுமாம்ல நான் அமுக்குறத”

“அட சொல்றேன், லூசு மாதிரி சொன்னதே சொல்லிக்கிட்டு”

என் சிரிப்பு இப்போது கோவமாக மாறிவிட்டிருந்ததை சொற்கள் உணர்த்தி இருக்கும் போல.

கூட்டுவதை நிறுத்திவிட்டு என்னை நிமிர்ந்து பார்த்தவள் கண்களில் கண்ணீர்.

“இந்த ஆளு ரெண்டு காச சம்பாதிச்சு வந்திருந்தான்னா நான் ஏன் அந்தக் காச கை நீட்டி வாங்கி இருக்கப்போறேன் அன்னிக்கி, அந்தக் காசு மட்டும் இல்லாட்டி எம்புள்ளக்கி ஊசி போட்ருக்க முடியாது, ப்ச், அப்பிடியும் “வாங்கதய்யா வீணாப்போன மனுசா, காலைல சீனிக்கிட்ட கேட்டு வாங்கியாறே”ன்னு சொன்னேன். சும்மா வர்ற காச எதுக்கு

விட்டுப்புட்டு அடுத்தாள்ட்ட கேட்கணும்னு சொன்னான் எடுபட்ட புருஷன், இப்ப நான் என்னான்னு சொல்றது, நம்ம வாங்காட்டியும் நம்ம பேரப்போட்டு அவன் வாய்ல போட்ருவான்னு மங்கம்மா வேற சொல்லுச்சு"

நல்லக்காள் புலம்பிக்கொண்டே போவது கேட்டது.

ஊர் உலகில் என்ன என்னவோ பிரச்சனைகள் நடக்க, ஒன்றும் இல்லாத ஒன்றை இவ்வளவு பெரிதாய் நினைத்து இரண்டு நாட்களாக மனதோடு மல்லுக்கட்டிக் கொண்டிருக்கிறாள், நல்லக்காள்.

மூர்த்தி, ஊரில் களப்பணி செய்யும் கட்சி ஆள். வார்டில் எத்தனை தெரு, தெருவில் எத்தனை வீடு, வீட்டில் எத்தனை ஆள், அதில் எவரெல்லாம் தன் கட்சிக்குப் போடும் சாத்தியம் உள்ளவர்கள் எனக் கச்சிதமாக கணக்கெடுத்து, பணத்தை எப்படி எப்படியோ சித்து வேலைகள் செய்து சேர்ப்பித்தும் விட்டான். இராணுவம் எல்லாம் தோற்றுவிடும் அளவில் ஒவ்வொரு அடிகளையும் எடுத்து வைத்துக்கொண்டிருக்கிறான் கடந்த ஒரு மாதமாக.

யாரை எங்கு பார்த்தாலும் அருகில் இருக்கும் கடையில் டீ. எல்லாமே வாக்குகளாக மாற்றும் முயற்சி என பரபரவென சுற்றுகிறான்.

அவனுடைய கரடுமுரடான வசவுச் சொற்களும் தெனாவட்டான உடல்மொழியையும் சற்று குறுக்கிக்கொண்டு எப்படியும் ஜெயித்துவிட வேண்டும், மேலிடத்தில் பெயர் வாங்க வேண்டும் என்ற முனைப்பில் சுற்றிச் சுழன்று கொண்டிருக்கிறான்.

இரண்டொரு நாளில் தேர்தல் என்று நெருங்கிய இந்தத் தருணத்தில்தான் கடைசிக்கட்ட திட்டமான இந்த அச்சுறுத்தலை அரங்கேற்றிக் கொண்டிருக்கிறான்.

பணம் வாங்கியோர் வாக்கை மாற்றிப் போட்டால் அவனுக்கு தெரிந்து விடும் என்றும் ஓட்டு மெஷினுக்கு மேலே உள்ள கேமராக்கள் அவன் கைப்பேசியுடன் தொடர்பில் இருப்பதாகவும் பயமுறுத்தலை ஆரம்பித்திருக்கிறான். உலகம் அறியாத அப்பாவிகள் எனில் ஒரு படி மேலே போய் ஓட்டுப் போடும் எந்திரத்தில் ஒயர் கனெக்ஷன் என எவ்வளவு முடியுமோ அவ்வளவு அச்சுறுத்தலை செய்ததன் விளைவுதான் இரண்டு நாட்களாக நல்லக்காளின் இந்தப் புலம்பலும் பயமும் விரக்தியும்.

காரணம், நல்லக்காள் ஓட்டுப் போட திட்டமிட்டிருப்பது மூர்த்தியின் கட்சிக்கு எதிராக.

மந்தை . திருவிழாவைப் போல் தேர்தல் பணிகள் மும்முரமாய் நடந்து கொண்டிருந்தன. படிப்பகம், மன்றம், சிலைகளுக்கு அடியில் என அவ்வந்தக் கட்சியின் ஆபீஸ்களில் அனல் பறந்து கொண்டிருந்தது. டீக்கடைகளில் வடைகளும் பஜ்ஜிகளும் எந்நேரமும் எண்ணெயில் முங்கிக் குளித்துக் கொண்டிருந்தன.

அவ்வளவு உயரமான இரும்புக் கம்பத்தின் உச்சியில் இருந்த சோடியம் விளக்கு, மந்தையை மஞ்சள் பூசிவிட்டிருந்தது. அதற்கு அடியில் மடக்குச் சேரைப் போட்டு அமர்ந்திருந்த மூர்த்தியைச் சுற்றிலும் ஆட்கள்.

நாங்கள் வழக்காம அமரும் கோயிலின் பக்கவாட்டுத் திண்டில் ரகுவும் பாபுவும் அமர்ந்திருந்தார்கள். மாரியும் சோனமுத்துவும் கடலை வறுப்பவர் அருகில் நின்று கொண்டிருந்தார்கள். காரணம் பிறகு சொல்கிறேன்.

நான் நேராகப் போய் அந்த வாலிபக் கல்லில் அமர்ந்தேன். அந்தக் கல்லிற்கு ஐநூறு வயசு என ஆரம்பித்து, பல கதைகள் உண்டு. உலக உருண்டையைப்

போல் வழுவழுப்பாகத் திரண்டு இருக்கும். அசைக்கவே முடியாது. அதைத் தூக்கித் தோள்பட்டையில் ஓரிரு நொடிகள் வைத்து பின்னால் போட்டு தம் புஜபல பராக்கிரமத்தை தெரிவிப்பார்களாம் ஆண்கள், நாங்கள் அந்தக் கல்லை எப்படியாவது, எதிரே இருக்கும் பஸ் ஸ்டாண்டில் நிற்கும் பெண்களின் பார்வையில் படாதவாறு சற்று உருட்டி மறைத்து வைத்துவிடலாம் என படாதபாடு பட்டோம்.ம்ஹூம். எங்களால் அதை அரை இஞ்ச் கூட நகர்த்த முடியவில்லை. அப்படியே விட்டுவிட்டோம். வேறு வழி?.

''என்னாடா மூர்த்தி! ஓவராப் போறான் போல''

பாபு, அந்தப் பக்கமாக புளிச்செனு எச்சிலைத் துப்பினான்.

"ஏண்டா என்னிக்கு அவென் ஓவராப் போகாம இருந்துருக்கான்? திடீர்னு வந்து இந்திரா காந்திய சுட்டாய்ங்கன்ற''

நல்லாக்காவை மிரட்டியதை விளக்கினேன்.

சிரித்தார்கள். மாரியும் சோனமுத்துவும் வந்து சேர்ந்துகொண்டு சிரித்தார்கள்.

''கல்லு லப்பர் வயருன்னு விட்ருக்கான் பாரு தாய்ளி, மண்டையக் கழுவுறதுல அவென மாதிரி எவனும் இல்ல''

எவனுக்கும் இதன் தீவிரம் புரியவில்லையோ எனத் தோன்றியது. அல்லது நான்தான் தேவை இல்லாமல் போட்டு மண்டையை உடைத்துக்கொள்கிறேனா என்றும் குழப்பியது.

வழக்கமான அரசியல்... அதில் சினிமா, நடுநடுவே கடலைக்காரரின் மகள், அவளுக்கும் மாரிக்கும் இடையே

லேசாக படரத் துவங்கி இருக்கும் காதல் அதன் பொருட்டு வண்டி வண்டியாகக் வறுகடலையை வாங்கித் தின்று பித்தம் ஏறிக்கிடக்கும் மாரியின் உடல் நிலை என ஏதேதோ பேசிக்கொண்டிருந்தோம்.

எனக்கு மட்டும் இந்தப் பேச்சுகளின் ஊடே நல்லக்காளின் கண்ணீரும் பயந்த முகமும் தொல்லை செய்தவண்ணம் இருந்தன.

திடீரென மந்தை அலறியது. மூர்த்தியின் சத்தம் தான் பெரிதாகக் கேட்டது. எல்லோரும் ஓடினார்கள்.

நாங்கள் போவதற்குள் பத்து பத்துப் பேராக இருபக்கம். மூர்த்தியை பத்துப் பேர் பிடித்திருந்தார்கள். அப்படியும் திமிறினான்.

எதிரே PRC வேல்முருகன். "விடுங்கடா என்னைய, விடுங்கடா என்னைய" என கால்களை எகிறி எக்கி கத்திக்கொண்டிருந்தார் . விட்டால் மூர்த்தியை அடித்துக் கொன்றுவிடும் மூர்க்கம் இருந்தது அவர் உடல்மொழியில்.

"பாத்துக்கே இரு, ஒன்னய ஒரு நாள் ரெண்டா வகுந்து போடல, எம்பேரு மூர்த்தி இல்ல, எல்லாம் முடியட்டும், ஒன்னயத் தூக்கி உள்ள வைக்கலேண்டு வைய்யி, எம்பேர மாத்திக்க"

"மொதா ஜெவிக்கப் பாருங்கடா. காசு மசுத்தக் குடுத்தா ஓட்டு மசுத்த போட்ருவாய்ங்களோ"

வேல்முருகனை குண்டுக்கட்டாகத் தூக்கிக்கொண்டு போனார்கள். அவர் மனைவி, தலையில் அடித்துக்கொண்டே கூட்டத்தின் கடைசி ஆளாகப் பின்னால் போனாள்.

"ராசு, இவன் சோலிய முடிச்சுறணும்டா, எப்பிடியும்"

மூர்த்தி கருவிக்கொண்டே சற்றுத் தள்ளி, கவிழ்ந்து கிடந்த மடக்குச்சேரை எடுத்து நிமிர்த்திப் போட்டு அமர்ந்தான். முதுகு சாய்க்கும் இடத்தில் தகரம் வளைந்து வெளிநீட்டிக் குத்தியது. சட்டென விலகி எழுந்தான்.

நல்லக்காள், நாள் தவறாமல், இத்தனை ஆண்டுகளாக விடிவதற்கு முன்னரே வந்து சாணத்தை நீரில் குதப்பி தெளிக்கும் சலக்புலக் சத்தமும் வாசமும் மொட்டைமாடி வரை வந்துவிடும். இன்று அவ்வளவு நேரம் ஆகியும், காலை வெய்யிலின் கசகசப்பு வந்த பிறகும் நல்லக்காவைக் காணவில்லை என்பது, கைப்பிடிச் சுவரிலிருந்து எட்டிப் பார்க்கும்போது புரிந்தது. வாசல் குப்பையும் செத்தையுமாக இருந்தது. அனேகமாக எனக்கு விவரம் அறிந்து, முதல்முறையாக வாசல் இப்படி இருக்கிறது.

மடமடவென படிகளில் சரிந்து, கீழிறங்கி எல்லோரையும் கடந்து முகம் கழுவிவிட்டு ஒரு எட்டு போய் பார்த்துவிடுவோம் என நினைத்துக்கொண்டே கதவில் இருந்த துண்டில் முகத்தைப் புதைத்தேன்.

காப்பியை நீட்டி அம்மா, "இந்த நல்லக்கா எங்க காணம்னு தெரியலயே" என மிக மிகச் சாதாரணமாகத்தான் சொன்னாள். எனக்கு ஏதோ ஒருவித கலக்கம் தோன்றியது. பாதிக் காபிதான் குடிக்க முடிந்தது.

சைக்கிளை எடுத்துக்கொண்டு கிளம்பி நல்லக்காள் வீட்டுப் பக்கம் போய் நிறுத்தியதும், அவள் கணவர் ஆட்டோவை ஒருசாய்த்து வைத்து எதையோ முறுக்கிக் கொண்டிருந்தவர், என்னைப் பார்த்ததும் எழுந்து வந்தார்.

"என்னா சீனி இம்புட்டு தூரம், அதுவும் காலங்காத்தால, ஓட்டு கீட்டு போடலயா"

"போடணும்ண்ணே,"

“எலக்ஷன் அன்னிக்கு கட்சியாபிஸ்ல வண்டியப் போட்ரு, நாலு காசப்பாப்பன்னாப்ள மூர்த்தி, இந்த எழவெடுத்த ஆட்டோ இன்னிக்கின்னு பாத்து ஒழட்டுது”

“ம்ம், சட்டுபுட்டுனு சரி பண்ணி சண்ட்ரிங் அடிண்ணே”

என சந்துக்குள் எட்டிப் பார்த்தேன்.

“நான் எந்திருச்சுட்டேனா, வண்டிய எடுத்தேனா இன்னைக்காச்சும்னு ஒன்னய வேவு பாக்க அனுப்பி விட்ருக்கோ மகாராணி”

சிரித்துக்கொண்டே ஆட்டோவை நேராக இறக்கி ஒரு சுண்ட்டு சுண்ட, டொட்டொடொட் என கிளம்பியது. க்ஸ்லைன்சர பிடிங்கிவ்டிட்டா நாலு கிலோமீட்டர் எக்ஸ்ட்ரா குடுப்பான் எஞ்சிங்காகுட்டி” என ஆக்ஸிலேட்டரை தொட்டு உதட்டில் முத்தம் வைத்தார்.

“அட என்னண்ணே சொல்ற, ஆள் வரலயேன்னுதான எங்கம்மா பாத்துட்டு வரச்சொல்லுச்சு, பாத்தெரம் பூரம் அப்பிடியே கெடக்கு வேற”

வண்டியை அணைத்துவிட்டு வெளியே தலையை நீட்டி சந்துக்குள் ஒருமுறை பார்த்தார். பிறகு ஆட்டோவில் இருந்து இறங்கி,

“என்னா சீனி சொல்ற, வெள்ளனவே தெனக்கிம் மாதிரி கௌம்பிருச்சே.”

அவர் முகத்தில் ஒருவித கலக்கம் அப்பியது.

“அட, அப்ப ஓட்டுப் போடப் போயிருக்கும். அங்க எதுவும் வேலகீலன்னு பாத்துட்டு வரும், விடுண்ணே”

“ஆமா, ஒரு மாசமா சொல்லிட்டுக்கெடக்கா ஓட்டுப் போடணும் ஓட்டுப் போடணும்னு, என்னமோ பெரிய இவ ஓட்டுலதான் இங்க நட்டமா நிக்கப் போற மாதிரி”

சிரித்துக்கொண்டே ஆட்டோவைக் கிளப்பினார். சத்தம் நாராசமாய் எழுந்து தேய்ந்தது.

சந்துக்குள் நுழைந்து, நல்லக்காவின் வீட்டைக் கடந்து, மங்கமாக்காவின் வீட்டுக் கதவைத் தட்டினேன்.

"ஏ, சீனி நீ என்ன இங்கிட்டு?"

"சும்மாத்தான், நல்லாருக்கீங்களா? ஓட்டுப் போடப் போகலயா?"

"போகணும், நல்லக்கா வாரேண்டுச்சு, சேர்ந்து போகணும், நம்ம வார்டுக்கு இந்த தடவ அங்கன எங்கனயோ தள்ளி போட்டுவிட்டுருக்கானுங்க முண்டப் பயலுக. வெய்யில்ல அம்புட்டு தூரம் போகணும்"

எனக்கு குழப்பம் அதிகரித்துக்கொண்டே போனது.

"நல்லக்கான் இன்னிக்கு வரலயே வீட்டுக்கு"

"என்னா சீனி சொல்ற? ரெண்டு நாளா அந்த மெஷினு மெஷினுண்டுக்கிட்டே இருந்துச்சு, ஆயிரம் ஓவாய குடுத்துப்புட்டு அந்த மூர்த்தி பொழுதன்னிக்கும் காலைலயும் ரவைக்கும் வந்து தாலிய அறுத்தான், அவென்லாம் நாசமத்துப் போக"

"ஆமா, நாங்கூட சொன்னேன், காச திருப்பிக் குடுத்துருக்க வேண்டியதுதானனு"

"அதெப்பிடி, திருப்பிக் குடுத்தா அப்ப எதித்து ஓட்டுப் போடப்போறியான்னு அதுக்கும் பொழுதன்னிக்கும் எழவக் கூட்டாவானேனு பயந்துருச்சு, என்னத்தச் சொல்ல"

கூட்டம் கூட்டமாக மாஸ்க்கை தாடைகளில் அணிந்து கொண்டு ஓட்டுப்போடப் போய்க்கொண்டிருந்தார்கள் ஊர் மக்கள்.

சைக்கிளை எடுத்துக்கொண்டு எல்லாக் கூட்டத்தையும் மெதுவாகக் கடந்து, நல்லக்காள் தென்படுகிறாளா எனப் பார்த்துக்கொண்டே போனேன்.

டீக்கடையில் நின்றிருந்த பாபு என்னைப் பார்த்ததும் கத்தினான்

டீயைக் குடித்துக்கொண்டே "என்னாடா! ஊத்த வாயோட மந்தையப் பக்கம் வந்துட்ட இன்னிக்கி, மொகர வேற இப்பிடி இருக்கு?"

மூர்த்தியும் PRC வேல்முருகனும் சிரித்துப் பேசிக் கொண்டே டீக்கடை வாசலில் நின்றார்கள். நேற்று இருவரில் ஒருவர் எப்படியும் இறந்துவிடுவார்கள் என்று நினைத்துதான் பார்த்துக்கொண்டிருந்தோம்.

"என்னா சீனி, ஓட்டு போட்டுருய்யா நம்மளுக்கு"

மூர்த்தி சொல்லிக்கொண்டே வடையை எடுத்து கடிக்க, வேல்முருகன் தனக்கு வந்த டீயை மூர்த்திக்குக் கொடுத்தார்.

"அட! நீ குடியப்பா, வரும்"

பாபுவும் நானும் நகர்ந்தோம்.

"காச அடிச்சு விட்டான் போல. எம்புட்டு செலம்புனான் நேத்து. காசுன்னு வந்துட்டா மனசாட்சிய கழட்டி வச்சுருவாய்ங்க போல"

பாபு சொல்லிக்கொண்டே என் முகத்தைப் பார்த்து மறுபடியும் கேட்டான்.

"நீ ஏண்டா எம்எல்ஏக்கு நிக்குறவன் மாதிரி மூஞ்ச வச்சுருக்க?"

நல்லக்காளைக் காணவில்லை என்ற விவரத்தைச் சொல்ல ஆரம்பிக்கும், போதே சைக்கிள் சீட்டைத் தட்டி கிளம்பியவன்

“மந்தையம்மன் கோயில்ல ஒக்காந்து இருந்துச்சே”

மந்தையம்மன் கோயில் என்பது உள்ளுக்குள்தான் கோயில். மற்றபடி அது பஸ் ஸ்டாண்ட், அதன் வெளிப்பக்கம் எல்லாம் தூண்கள் பட்டியக் கல் படிகள். பக்கவாட்டில் செம்மண். அதுதான் நாங்கள் மாலை அமரும் இடம். இந்தப்பக்கமாக நான்காவது தூணுக்கு அடியில் அமர்ந்திருந்தாள் நல்லக்காள்.

என்னைப் பார்த்ததும் பதறி எழுந்து வந்து,

“என்னா சீனி! இங்கன?”

“நல்லாக் கேட்ட போ, ஒன்னயத் தேடித்தான் வீட்டுக்குப் போனேன்”

“அங்க என்னாத்துக்குப் போன, செத்தவடம் இங்க ஒக்காந்துட்டு நம்ம வீட்டுக்கு வரலாம்ண்டு இருந்தேன் சீனி, நேரம் போனதே தெரியல”

“ஓட்டப் போட்டியா”

அந்தக் கேள்வியை கேட்கும்போதே நல்லக்காள் கண்கள் மிரட்சியில் கீழ்நோக்கின.

“பயமா இருக்கு சீனி. காச வாங்கிட்டோம்னு இவனுகளுக்குப் போடப் பிடிக்கல, எதித்துப் போட்டா கண்டுபிடிச்சுப்புடுவானாம்ல. எம் புள்ள பாவம்ல. பயந்து வருதுல்ல”

“லூசா நல்லக்கா நிய்யி, வெறும் ஆயிரம் ரூவா.அது ஒம் பணம். ஒம் புருஷன் சரக்கப் போட்ட பணம்.

விடுத்தா. ஓட்டே போடத, இப்ப என்ன நட்டுக்கிட்டுப் போகப்போவுது?"

"அதெப்பிடி, போடணும்ல சீனி. சோத்தத்தான திங்கிறோம். நம்ம வேலைய செய்யணும்ல"

எனக்கு கோவமும் பரிதாபமும் சேர்ந்துகொண்டது.

"கடைசியா சொல்றேன், நீ யாருக்கு ஓட்டுப் போடுறன்னு எவனாலயும் கண்டுபிடிக்க முடியாது. மூர்த்தி சும்மா ஒன்னய பயமுறுத்த சொல்லி இருக்கான், நம்புறதுண்டா நம்பு, நீ வா, அம்மா கூட்டியாரச் சொல்லுச்சு"

"நான் ஓட்டுப் போட்டு வர்றேன்"

"சரி போ அப்ப"

"இல்ல! செத்தவடம் இப்பிடியே ஒக்காந்துருக்கேன், நீ போ"

சொல்லிவிட்டு மீண்டும் அந்தத் தூணில் சாய்ந்து அமர்ந்து கொண்டாள்.

எதிர்கடையில் நின்றிருந்த வண்டியை மூர்த்தி கிளப்ப, தன் கட்சித் துண்டை எடுத்து பின் சீட்டை ஒரு தட்டுத் தட்டி ஏறி அமர்ந்தார் வேல்முருகன்.

நான் சைக்கிளைத் திருப்பும்போது கண்ணில் பட்டது நான் அமரும் அந்த உருண்டைக் கல்.

ஏறுவெய்யிலில் அந்த வாலிபக்கல் பளபளவென மின்னியது.

- ஏப்ரல் '21

வெளிச்சம்

இடுப்பில் குழந்தையை வைத்துக்கொண்டு அவள் பத்தடி ஓடுவதும் மீண்டும் தன் கணவனிடம் திரும்புவதுமாக இருந்தாள். அவள் கணவன், சைக்கிளை ஸ்டாண்ட் போட்டு அருகில் நின்று கொண்டிருந்தான். பார் கம்பியில் ஒரு சீட் அமைத்து அதில் தன் மகனை அமர வைத்திருந்தான். அந்தப் பையனுக்கு மூன்று வயது இருக்கலாம். அவள் இடுப்பில் இருக்கும் குழந்தைக்கு மிஞ்சிப்போனால் ஒன்றரை வயது இருக்கும்.

ஏதேனும் கார் வருவதை தூரத்தில் பார்த்தால், ஆயத்தமாகி, குழந்தையை இறுகப்பிடித்துக்கொண்டு, மஞ்சுவிரட்டு மாட்டை அணையப்போகிறவனின் முஸ்தீபுகளோடு அவள் ஓடுவதும், காருக்குள் இருப்பவர்கள் இவளைக் கண்டும் காணாமல் போவதுமாய் இருக்க, ஏதேனும் ஒருசில வண்டிகள், என்ன ஏதென்று கணிக்க, லேசாக நிறுத்தினால், கொஞ்சம் நம்பிக்கையுடன் இன்னும் வேகமாய் ஓட, அவள் நெருங்கும்

முன்னரே எதற்காக அவள் ஓடி வருகிறாள் என்று அவள் தோற்றமும், ஒரு கையில் குழந்தை போக, மறு கையால் தன்னியல்பாக யாசித்து நீள்வதையும் பார்த்து அப்படியே வேகமெடுத்துப் போவதுமாய் இருந்தன.

கணவன், அமர்ந்திருந்த சிறுவனின் தலையைக் கோதிக்கொண்டும், அவளை முறைத்துக்கொண்டும் நின்றிருந்தான்.

அவள் மூச்சுவாங்க அவனிடம் வந்து நிற்க, கடுகடுவென வைத்திருந்த தன் முகத்திலிருந்து மிக மென்மையான சொற்களை உதிர்த்தான்.

"நீ சொன்னாக் கேக்க மாட்ட, எவனும் என்ன ஏதுன்னு கேட்க மாட்டான், நான் சொல்றதக் கேளு."

அவள் தன் புறங்கையால் வாயைத் துடைத்துக்கொண்டு மூச்சிரைக்கப் பேசினாள்.

"கொஞ்சம் பொறுய்யா, பெரிய்ய இவருமாதிரி, நீ சொல்றதச் செய்ய ஒத்த நிமிசம்தான், அதுக்கா இத்தன வருசம் இம்புட்டு பாடுபட்டோம்."

தன் கையில் இருந்த குழந்தையின் கன்னத்தில் தன் மூக்கை வைத்து அழுத்தி முத்தினாள். தன் தாயின் கண்களில் இருந்து வழிந்த கண்ணீர் தன் கன்னத்தில் பிசுபிசுக்க, சிரித்தது குழந்தை. பெண் குழந்தை.

அதே முத்தம் தனக்கும் வேண்டும் என்பதுபோல் சைக்கிளில் இருந்து எக்கி, இரு கைகளையும் அம்மாவை நோக்கி நீட்டினான் சிறுவன்.

அவன் கன்னத்தில் தட்டி முத்தம் வைக்கப் போகும் போதே ஒரு கார் வருவதைப் பார்த்தவள், பரபரப்பாகி காரை நிறுத்தும் நோக்கில் கை நீட்ட, கார் லேசாக வேகம் குறைத்து, பின் வேகமெடுத்துப் போய்விட்டது.

ஓடிவரும் தன் அம்மாவையே பார்த்துக் கொண்டிருந்தான் சிறுவன். அவன் கைகள் இன்னும் அவளை நோக்கி நீண்டிருந்தன.

முருகன், சைக்கிள் ஹேண்ட்பாரில் கையை வைத்துக்கொண்டு சற்று விலகி, தன் கோலத்தை ஒரு முறை குனிந்து பார்த்தான்.

அவன் போட்டிருந்த வெள்ளை நிற பேண்ட் பழுப்பேறி, அதன் நிறத்தை இழந்து கறுப்பும் சாம்பலும் கலந்த அழுக்குத் தீற்றல்களாக தொடைப் பகுதியில் ஆரம்பித்து கீழ் வரை தென்பட்டன. சட்டையைப் பற்றிக் கேட்கவே வேண்டாம் என்பது போல் இருந்தது. சைக்கிளில் அமர்ந்திருந்த பையனின் தலை பரட்டை படரத் துவங்கியிருந்தது.

நான்கு மாதங்களுக்கு முன்னர் அவன் கனவிலும் நினைத்திருந்திருக்க மாட்டான், இப்படித் தன் மனைவியை சாலையில் கையேந்த வைப்போம் என.

இதே சைக்கிளில், தன் நிறைமாதக் கர்ப்பிணி மனைவியின் தலைப்பிரசவத்திற்காக மருத்துவமனைக்குப் போகும் வழியில்தான் அந்தச் சம்பவம் நடந்து, அவன் வாழ்வை மாற்றியது.

கொஞ்சம் பிசகியிருந்தாலும் அன்றே முருகனையும் பிரேமாவையும் சைக்கிளோடு சட்னி ஆக்கி இருந்திருக்கும் அந்தக் கார். சட்டென சுதாரித்து சைக்கிளைப் பின்வாங்கி, அவளை ஓரமாக அமரவைத்துவிட்டு, அங்கே சாலையின் ஓரத்தில் கிடந்த ஒரு இரும்புக் கம்பியை எடுத்துக்கொண்டு, நிலைதடுமாறி இருந்த காரை நெருங்கி, ஓட்டிவந்தவரைக் கொன்றுவிடலாம் எனும் நோக்கத்தோடு நெருங்கிய பிறகுதான், உள்ளே அவர் நெஞ்சு வலியால் துடித்துக் கொண்டிருப்பதைப் பார்த்து, ஒரு நிமிடத்தில் நிலைமை உணர்ந்து, அவரைப் பின் சீட்டில் படுக்கவைத்துவிட்டு,

தன் மனைவியையும் அதே காரில் ஏற்றிக்கொண்டு மின்னல் வேகத்தில் மருத்துவமனை அடைந்து, அவர் உயிரைக் காப்பாற்றினான். அன்றிலிருந்து, அவன் கட்டியிருந்த கைலி, பட்டுக்கொண்டிருந்த துயரம் எல்லாவற்றுக்கும் விடுதலை. அவரே அவனை டிரைவராக நியமித்து, வேண்டிய அடிப்படை வசதிகள் சம்பளம் என மகிழ்ச்சியான ஒரு வாழ்க்கை.

அவர் எந்தச் சொந்த பந்தமும் அருகில் இல்லாத, வெளிநாட்டில் சம்பாதித்து, தன் இறுதி நாள்களை சொந்த ஊரில் நிம்மதியாகக் கழிக்க வந்திருக்கிறார் என்பதும், அவ்வளவு பெரிய வீடும் வசதியும் என வாழ்ந்தவர், முதன்முறையாக இப்படி நெஞ்சுவலி வந்து, கார் நிலைதடுமாற, தன் உயிரைக் காப்பாற்றிய முருகனைக் கடவுளாக பாவித்து, நன்றி சொல்லி, தன்னோடு ஒர் ஆள் இருத்தல் அவசியம் என்பதை உணர்ந்து சேர்த்துக்கொண்டார்.

காலை ஆறுமணியை அடிக்க விடமாட்டான் முருகன். எழுந்து குளித்து, வெள்ளைச் சட்டை, வெள்ளைப் பேண்ட் எனக் கிளம்பி, தூங்கிக்கொண்டிருக்கும் மனைவி மக்களின் நெற்றியில் முத்தம் வைத்துவிட்டு சைக்கிளை எடுத்தான் எனில், சரியாக அரைமணி நேரத்தில் கார் முன் நிற்பான்.

காரைக் கழுவித் துடைத்து, வைப்பரை நிமிர்த்தி வைத்துவிட்டு, அமர்ந்து கொள்வான். அவன் வந்துவிட்டான் என்பதன் அடையாளம்தான் அந்த வைப்பர் நிமிர்த்தல். அதுதான் அவனது வருகைப் பதிவேடு.

உள்ளிருந்து அவராக வெளியே வரும்வரை, சுற்றிலும் இறைந்து கிடக்கும் கொய்யாமர இலைகளைக் கூட்டி விடுவது, செடிகளுக்குத் தண்ணீர் தெளிப்பது,

செய்தித்தாள்களை எடுத்துப் போய் படிக்கும் நாற்காலிக்கு முன்னர் இருக்கும் டீப்பாயில் வைப்பது எனக் கனகச்சித அன்றாடக் காலை முருகனுக்கு.

இத்தனை வேலைகளைச் செய்யும்போதும் உடுப்பில் சின்ன அழுக்குகூடப் படிந்துவிடாதபடி பார்த்துக்கொள்ளும் ஒரு திறமையும் அவனுக்கு இருந்தது. அது திறமை என்பதைவிட அவனுடைய ஆசை, வெள்ளைச் சட்டை வெள்ளைப் பேண்ட், பளிச் என. ஓனர் எத்தனையோ முறை சொல்லிவிட்டார், இதெல்லாம் ஏதாவது கம்பெனிகளில் டிரைவராக இருந்தால்தான் தேவை எனவும், வீட்டில் ஓட்டுபவர்களுக்குத் தேவையில்லை எனவும் எவ்வளவோ சொல்லியும் அவன் கேட்பதாய் இல்லை.

ஏனெனில் அவனுக்கு அந்த உடுப்பும் மிடுக்கும் அவ்வளவு முக்கியம்.

ஊரில், படிப்பு பத்தாம் வகுப்பிற்கு மேல் ஏறாமல் விளம்பரங்களுக்குத் தகரம் அடிப்பது, தறி நெய்வது, டரை சைக்கிள் ஓட்டுவது என சகல வேலைகளிலும் ஓரிரண்டு வருடங்கள் செய்து, இறுதியாக குட்டி யானை எனப்படும் சரக்கு வேன் ஓட்டும் பணியில் ஒருவாறு தன்னை இருத்திக்கொண்டான்.

நேரம் காலம் இல்லாமல் வண்டி ஓட்டுவான். தலைமுடியும் சீர் இல்லாத தாடியும் அழுக்குக் கைலியும் என ஒருமாதிரியான கோலத்தில் இருந்தாலும் சட்டென வசீகரித்துவிடும் கண்களும் சிரிப்பும் அவனுக்கு வாய்க்கப் பெற்றிருந்தன.

குடோனில் இருந்து சரக்குகளை ஏற்றி சேரவேண்டிய இடத்தில் சேர்ப்பித்து, அன்றைய நாள் வாடகையை ஓனரிடம் சேர்ப்பித்துவிட்டு, அவனுடைய நாள்சம்பளத்தை வாங்கிக்கொண்டு நகரும்போது வண்டியின் பக்கவாட்டில்

‘வாடகைக்கு விடப்படும்’ எழுத்துகளின் மீது கைவிரல்களை உரசிக்கொண்டே புரோட்டாக் கடையை நோக்கிப் போவான்.

அன்றைய நாள் சம்பாதிப்பு அன்றைய நாள் செலவு, அவ்வளவுதான் அவன் வாழ்க்கை. அவனுக்கென்று யாரும் இல்லை.

ஒரு மழை நாளில், சரியான கிராக்கியோ, வழக்கமான லோடு வேலைகளோ இல்லை என்பதால் எப்போதும் போகும் நேரத்தைவிட சற்று முன்னதாகப் போய் வண்டியைக் கொடுத்துவிட்டு, உடல்வலி போக நன்றாகத் தூங்கலாம் என முடிவெடுத்துப் போனவனின் தூக்கம் அன்றோடு தொலைந்தது.

ஆம், அந்த நேரத்தில் ஓனருக்கு பதில் கதவைத் திறந்து விவரம் கேட்டது, பிரேமா. அந்த வீட்டில் வேலை செய்யும் பெண். அவளிடம் விவரம் சொல்ல, அவள் உள்ளே போய் ஓனரை அனுப்பினாள். மழையைக் காரணம் சொல்லி, அன்றைய கணக்கை ஒப்படைத்துவிட்டு நடந்தவனின் கண்களில் முதலில் தென்பட்டது, வண்டியின் ஆயில் சிந்தி, மழை நீர் பல வண்ணங்களில் வானவில் போல் சாலையில் தேங்கி இருந்த காட்சி. அடுத்து அவன் பார்த்தது அந்தத் தேங்கிய நீரை சளக்புளக் என மிதித்துப் போகும் கெண்டைக்கால்களை. சட்டென நிமிர்ந்தான்.

பிரேமா தன் தாவணியின் முனையைத் தலையில் முக்காடு போட்டுக்கொண்டு ஓட்டமும் நடையுமாய் ஓடிக்கொண்டிருந்தாள், மழைக்கு அஞ்சி. அவளை ஐந்து நிமிடங்களுக்கு முன்னர் பார்த்திருந்த அசட்டை மனநிலை இப்போது இல்லை அவனுக்கு. மழையும் வண்ணமும் கெண்டைக்கால் ஒற்றை ரோமமும் எல்லாவற்றையும்விட, இவனைப் பார்த்து, இப்போதுதானே உன்னைப் பார்த்தேன்

என்ற அந்தச் சிரிப்பும் அவனைத் தடுமாறச் செய்தது. அவன் பார்த்துக்கொண்டிருக்கும்போதே, நடுவில் இருந்த பள்ளத்து நீரை ஒரே தாவலில் தாவி, மறைந்தாள்.

அவ்வளவுதான். அவனது இலக்கற்ற பெருவாழ்வு முடிவுக்கு வந்தது. ஒவ்வொரு நாளின் இரவு எட்டுமணி என்ற இலக்கே அவன் வாழ்வானது. எங்கு சுற்றினாலும் இரவு எட்டுமணிக்கு ஓனரின் வீட்டிற்கு வந்து கணக்கு முடித்து, தெருவின் முனையில் காத்திருக்கத் தொடங்கினான். அவள் வேலை முடித்து வர, அவளுக்கு இணையாக நடக்க ஆரம்பித்தான். மிகக் கவனமாக மாலை வேளைகளில் தொலைதூர லோடு சவாரிகளைத் தவிர்த்தான். கை நிறைய காசை அள்ளிக்கொண்டு வந்து தருபவனின் இந்த சுணக்கம் பெரிதாய் ஒன்றும் செய்துவிடவில்லை ஓனரை. ஏனெனில் இதற்கு முன்னர் இருந்த ஒட்டுநர்களெல்லாம் டீசல், பஞ்சர், கண்ணாடிக் கீறல், சைடு உராய்ப்பு என ஏகப்பட்ட பொய்க்கணக்குகளைச் சொல்லி, கையில் சொற்பத்தைத்தான் தருவார்கள். கையில் இருந்துதான் வண்டியின் மாதத் தவணையைக் கட்டுவார். ஆனால் இவன் வந்த பிறகு எப்படியும் தவணைக்கு மோசமில்லை. சமயத்தில் அதைவிடவும் அதிகமாகவே கையில் நிற்கும். அதனால் அவனுடைய இந்தத் திடீர் மாற்றம் அவரை ஒன்றும் பாதித்துவிடவில்லை.

ஆனால், பிரேமாவின் மனதைப் பாதித்தது. முதலில் சிரித்துக் கடந்தவள், பின்னர் இவனைக் காணவில்லை எனில் காத்திருந்து கிளம்பத் தொடங்கினாள்.

“என்ன அய்யா ஒரே செல்லப் புள்ள போல ஓனருக்கு” என்பதாக ஆரம்பித்தது அவர்கள் இருவருக்குமான வாழ்வின் முதல் வாக்கியம்.

“ஆமா, அப்போறம் இருக்காதா, மாடு மாதிரி வண்டி ஓட்டி காசக் கொண்டாறேன்ல”

சொல்லும்போது அவனையறியாமல் இடது காலை வலி என்பதுபோல் காட்ட, ஒரு பரிதாபம் மெல்லக் காதலாக மாறத் தொடங்கியது.

ஒரு மழைநாளில் தொடங்கிய காதல், இன்னொரு மழைநாளில் விபரீதம் அடைந்தது. வண்டியை நிறுத்திவிட்டு நடந்தவன், கதவைத் திறந்துகொண்டு பிரேமா ஓடி வருவதைப் பார்த்தவன் அப்படியே நின்றான். அவள் இவனைப் பார்த்ததும் தன் இயலாமையை அழுகையாக வெடித்து மார்பில் புதைந்து கையை ஓனரின் வீட்டை நோக்கிக் காட்டினாள், அவள் கைகள் நடுங்கின.

வேனில் இருந்த ராடை எடுத்துக்கொண்டு உள்ளே போனவன், ஓனரின் கையில் ஒரே போடாய்ப் போட்டான்.

கணக்கு முடித்த பணத்தை அவரிடம் காட்டிவிட்டு, தான் எடுத்துக்கொள்வதாக அதட்டி மிரட்டிவிட்டு அங்கிருந்து கிளம்பி, அவளையும் அழைத்துக்கொண்டு வந்தவன்தான்.

மீண்டும் ஒரு வாழ்வைத் தொடங்கினான், தன் பழைய வாழ்க்கையைப் போலவே. எல்லா வேலையும் செய்தான். சைக்கிள் கடையில் வேலை பார்த்து ஒரு பழைய சைக்கிளை ஓவராயிலிங் செய்து, தனக்காக ஆக்கிய நாளில் பிரேமாவை வைத்து ஊர் சுற்றி, கோயில் வாசலில் பூ வாங்கிக்கொடுத்ததுதான் அவனின் அதுவரையிலான வாழ்வின் ஆகப்பெரிய வெற்றி என்று நினைத்தான்.

சைக்கிளில் போகும்போதெல்லாம் ஏதேனும் வாடகைக் கார்களைப் பார்த்து, அந்தச் சீருடை அணிந்த ஓட்டுநர்களைப் பார்த்து, பிரேமா ஆசையாய் அவன் தோளைத் தொட்டு, வேன் ஓட்டியதுபோல் காரும் ஓட்டலாம்தானே என்பதாகக் கேட்டு, திட்டு வாங்குவாள்.

"அந்த டிரைவரையே ஏன் பார்க்குற?" என்ற அவன் கேள்விக்கு வெடுக்கென பதில் வரும்,

“அவன யாரு பார்த்தது, அவன் உடுப்பு பாரு, வெள்ளை வெளேர்னு, ராஜா மாதிரி.”

பிறகு அவளை சமாதானப்படுத்த வம்பாடுபட்டு பத்து ரூபாய்ப் பூவில் தஞ்சம் புகுவான்.

ஏனெனில், தனக்கென்ற அவளிடமான இடத்தை வேறு எவனும் அடைந்திட முடியாது என்ற நம்பிக்கை அவனுக்கும், தன்னைவிட எவளும் இவ்வளவு அன்பை அவன்மீது காட்டிடமுடியாது என்ற திமிர் அவளுக்கும் இருக்கின்ற காரணத்தினால், எல்லாமே சிற்றூடல்தான். கூடி முயங்கிப்பெறும் வகையில்தான் அந்நாள் முடியும்.

அவனுடைய, அன்றைய நாள் சம்பாத்தியம் அதை அன்றே செலவு செய்து வானம் நோக்கிக் கை விரித்து ஏதும் இல்லை என்னை ஏற்றுக்கொள்வாயா என்பதுபோன்ற வாழ்க்கை நடைமுறை பிரேமா வந்த பின்னும் அப்படியே தொடர்ந்தது. இந்த உலகில் எப்படி வேண்டுமானாலும் வாழ்ந்துவிடலாம், அத்தனைக்கும் அதனதன் அளவில் வழி இருக்கும். அப்படித்தான் அவனும் அவளும் சேர்க்கும் பணத்திற்கு ஏற்ப காலை முழுதாக நீட்டிவிடாமல் படுத்துக் கொண்டால் சுகமாக இருக்கலாம் போன்ற அளவிலான வீடொன்றும், அன்றாடத்தில் ஏதேனும் சற்று பத்து ரூபாய் அதிகம் தேவை எனில் முதல் நாள் இரவில் அவள் சொல்லிவிட்டால், அதற்கான அதிக உழைப்பைக் கொட்டி, காசோடு வந்துவிடுவதுமாய் இருந்தான்.

அப்படிப் போய்க்கொண்டிருந்த வாழ்வில்தான் கார் ஏற்றிக் கொல்லத் தெரிந்த ஒருவரை இவன் காப்பாற்றியதும் பதிலுக்கு இவன் வாழ்க்கையை அவர் மேடேற்றியதும் நிகழ்ந்தன.

அதுவரையிலான தன் வாழ்வின் எந்த ஒரு கனவும் அவன் பெரிதாய்க் கண்டதில்லை. பெரிதாய் எந்த

இலட்சியமும் அவனுக்கு இல்லை. ஆனால், தன்னை நம்பி தன்னோடு வந்தவளை இப்படி இரண்டு வேளையில் ஒரு வேளைதான் நல்ல உணவு, வேறெந்த மேற்படியும் இல்லாத வறட்டு வாழ்க்கையைக் கொடுத்துவிட்டோமே என்ற நினைப்பு மட்டும் அவனுக்கு வந்து போகும்.

தனக்காக இல்லாமல் பிறர் நலனுக்காகக் கொள்ளப்படும் இலட்சியங்களை அடையக்கூடிய சாத்தியங்கள் அதிகம் என்பதுபோல் அவனுக்கு அமைந்தது.

முதல்நாளே அவன் அன்பாய் அழைத்த 'ஓனர் சார்' பிரேமாவின் பிரசவத்திற்குத் தேவையான உதவிகளையும், அவனுக்கு உடைகள் எனக் கொடுத்ததில் அவன் ஆழ்மனம் இனி இங்குதான் நம் ஆயுள், இதுதான் நம் வாழ்வு என்று உணர்த்திவிட்டது. அவனுடைய ஓனர்சார் சொன்ன "இந்த உலகத்துல மனுஷங்க கண்ணாடி மாதிரி, நீ எப்பிடி மத்தவங்களப் பார்க்குறியோ அப்பிடித்தான் அவங்களும் உன்ன பார்ப்பாங்க" என்ற வாக்கியம் உள் செல்ல, அவரை அவ்வளவு அன்பாகப் பார்க்க ஆரம்பித்தான். பதிலுக்கும் அதுவாகவே கிடைத்தது.

"இம்புட்டு அன்பு காட்ற ஆளுக்கு பதிலுக்கு நான் என்ன செய்யுறது?" என்ற கேள்விக்கு பிரேமாவின் பதில் சட்டென வந்து விழுந்தது.

"கடேசி வரைக்கும் உண்மையா இரு, அதவிடவா பெருசா வேற எதுவும் செஞ்சுறப்போற."

அப்படித்தான் இருந்தான். அவ்வளவு உண்மையாக.

இரண்டாவதாக பெண் குழந்தை பிறந்துபோது அவ்வளவு பெருமையாக ஓனர் சார் கொடுத்து அனுப்பிய குழந்தைக்குத் தேவையான அனைத்தையும் எடுத்துக்கொண்டு போனான். அவன் முகத்தில் அவ்வளவு பெருமிதம்.

அக்கம்பக்கம் யாரும் அவ்வளவு எளிதில் ஒரு துரும்பைக்கூட எடுத்துவிட முடியாது அந்தக் காம்பவுண்டி லிருந்து, அவனுக்குத் தெரியாமல்.

ஒரு நாள் வழக்கம்போல் காரைக் கழுவிக் கொண்டி ருந்தவனை அழைத்த ஓனர் சார், ஏதோ ஒரு துணி போன்ற ஒன்றைக் கொடுத்து, பிறகு கையை நீட்டச் சொல்லி ஒரு திரவத்தைத் தெளித்து, மாஸ்க் எப்படி அணிய வேண்டும், கையை எப்படி சுத்தமாக வைத்திருக்க வேண்டும் எனச் சொல்லிக் கொடுத்தார். அதை அவன் வீட்டில் பிரேமாவிடம் விளக்க, அவள் விழுந்து விழுந்து சிரித்தாள். அவள் சிரிப்பதைப் பார்த்து அவனுக்கு முதலில் கோபம் வந்தது. ஆனால் அவனுடைய மூன்று வயது மகனும் எதுவும் புரியாமல் தன் தாயோடு சேர்ந்து சிரிக்க, அவனும் சிரித்தான். பிறகு விளக்கினான். அதை வாங்கி பவுடர் டப்பா வைக்கும் செல்ப்பில் வைத்துவிட்டு, தட்டை வைத்தாள்.

கொரோனாவின் அடுக்குகள் மெல்ல சமூகத்தில் விரவத் தொடங்கியதில், ஒரு நடைமேடையில், தன் அம்மா இறந்ததை அறியாமல் அவள்மீது இருந்த போர்வையைத் தன் முகத்தில் மூடி விளையாடிக் கொண்டிருக்கும் ஒரு சிறுவனின் காணொலியைக் கண்ட துக்கம் என ஓனர் சாரை மன அழுத்தம் ஆட்கொள்ள, ஒரு நாள் இரவு திடீரென மூச்சுத் திணறல் ஏற்பட்டு ஆம்புலன்ஸை அழைக்க, அவர்கள் வந்து சேரவும் இவர் போய்ச்சேரவும் சரியாக இருந்தது.

அலறியடித்துக்கொண்டு ஓடி வந்தான் முருகன். சட் சட்டென அனைத்தும் நிகழ்ந்து முடிய, அதுவரை அப்படி ஒரு கூட்டத்தை அந்த வீட்டுக் காம்பவுண்ட் சுவர் பார்த்ததில்லை என்பதுபோல் எங்கெங்கிருந்தோ அவருடைய தூரத்துச் சொந்தங்கள் என்ற பெயரிலும்

அவருக்குப் பின் அனுபவிக்கப் போகிறவர்கள் என்ற கூட்டமும் சேர்ந்து, முடித்து, காரையும் எடுத்துக்கொண்டு கிளம்பிவிட்டார்கள். போவதற்கு முன், அந்த மாதம் எத்தனை நாள் எனக் கணக்கிட்டு மிகச்சரியாக அவனுடைய சம்பளத்தையும் கொடுத்து அனுப்பினார்கள்.

கொரோனா பணக்காரர்களுக்கு மட்டும் வரும் வியாதி என்ற முழக்கத்தின் கீழே 'ஆனால் அதன் பாதிப்பு அன்றாடங்காச்சிகளுக்குத்தான் முதலில்' என்ற சொல்லப்படாத நியதி நிகழ்ந்து கொண்டிருந்தது.

முதல் மாதம், இரண்டாம் மாதம் என சமாளித்து சமாளித்து, முன்பு பார்த்த சைக்கிள் கடையில் ஆரம்பித்து எந்த விதமான தொழிலும் இயங்கவில்லை என்றானபின், மெல்ல மெல்ல ஒரு வேளை உணவிற்கே திக்குத் திசையற்றுப் போகும் நிலைக்குப் போய்விட்டதை உணர்ந்து, செத்துவிடலாம் அல்லது சைக்கிளில் தெற்கு நோக்கிப் போகலாம், இங்கு இனி இருக்க முடியாது என்ற அவனுடைய யோசனைக்குத்தான் அவள் முட்டுக்கட்டை போட்டு, எவரிடமேனும் உதவி கேட்போம், ஓனர் சார் போல் இன்னொருவரை இந்த உலகம் நம் கண்களுக்குக் காட்டும் என நம்பிக்கையாகச் சொல்லி, அவனை இப்படி இந்தச் சாலையில் நிறுத்திவிட்டு, ஓடிக்கொண்டிருக்கிறாள்.

யாராவது நிறுத்தி என்ன ஏதென்று கேட்டால், முதலில் பசிக்கு ஏதேனும், பிறகு அவனுக்கு ஓட்டுநர் வேலை அல்லது தனக்கு வீட்டு வேலை, இதுதான் திட்டம்.

ஆனால் எவரும் அவர்களைப் பொருட்படுத்தவில்லை.

இப்படித்தான் ஆகும் என அவனுக்குத் தெரியும் என்பதால், அவன் சைக்கிளில் இருக்கும் மகனை அவ்வப்பொழுது எடுத்து முத்தம் வைத்துவிட்டு மீண்டும் அமர்த்தினான்.

காலையில் இருந்து இங்கும் அங்குமாய் ஓடியதால் பிரேமாவின் உடல் நடுங்கி, வாய் வழியாக சுவாசத்தைப் பெரிதும் சிறிதுமாய் விடுவித்தாள். இடுப்பில் இருந்த குழந்தை அவளின் செய்கையைப் பார்த்துச் சிரித்தது. குழந்தை சிரித்ததைப் பார்த்த சிறுவன் `ஹெக்கெ ஹக்' எனச் சிரித்தான். வயிற்றில் ஏதுமில்லாததால் அவன் வயிறு இழுத்துக்கொள்ள, அழத் தொடங்கினான்.

முருகன் அவனைத் தூக்கிக்கொண்டு, நடைமேடையில் அமர்ந்து, வயிற்றைத் தடவிக்கொடுத்து, அவன் தொப்புளில் புர்ர்ர்ர்... என ஊதி சத்தம் வரவழைத்தான்.

அந்தச் சத்தம் சிறுவனைக் குதூகலப்படுத்தியது. மேலும் மேலும் செய்யச்சொல்லி, சிரித்தான். அவளுடைய இடுப்பில் இருந்த குழந்தை தனக்கும் அப்படிச் செய்யவேண்டும் என்பதுபோல் கையைத் தன் அப்பா, அண்ணன் பக்கமாய் நீட்டி, தாவ ஆயத்தமாகி, ஒவ்வொரு புர்ர்ர்... சத்தத்திற்கும் களுக் களுக்கெனச் சிரித்தது.

குழந்தைகள் சிரிப்பு அவனுக்கு உற்சாகத்தைக் கொடுக்க, இன்னும் மூர்க்கமாக தொப்புளில் ஊதி, சத்தம் எழுப்பினான்.

தூரத்தில் ஒரு கார் வரும் ஒளி தெரிந்தது.

பிரேமா அழத் தொடங்கினாள்.

- **ஆனந்த விகடன்'20**

மீட்சி

“சரி, நமக்குள்ள ஏதாவது இருக்கா இல்லையா?”

நான் கேட்ட தொனியோ, அவளின் குவளைக் கண்களையே பார்த்துக்கொண்டிருந்த என் கண்களோ மலர்விழியை ஒன்றும் செய்துவிடவில்லை.

கோனார் தெரு கண்ணன் தன் மாடுகளை வீடு நோக்கி ஓட்டிப் போகும் சத்தம் பின்னணியில் ஒலிக்கத் துவங்கியது. கழுத்தில் பூட்டப்பட்ட மணி ஒரே தாள லயத்தில் கேட்டுக்கொண்டே போனது.

“ப்ச்” என்றாள், உதடுகளை வலப்புறமாகக் குவித்து கன்னத்தை இழுத்ததில் ஏற்பட்ட சத்தம் அது. ஒரு நாளும் இல்லை என்பது அந்தத் சத்தம் பொதித்த அர்த்தம். சொல்லிவிட்டு வழக்கம்போல், தன் இடது புறங்கையில் இருந்த மச்சத்தின் மீது ஆட்காட்டி விரலால் பொட்டு வைத்துகொண்டிருந்தாள்.

என் ஏமாற்றம் மறைக்க முகத்தைத் திருப்பிக்கொண்டேன். நீர் பரப்பில் மெல்லிய கோடுகள் விரவ, லேசாய் அசங்கியபடி இருந்தது குளம். சைக்கிளில் வந்து இறங்கிய கணபதி, கேரியரில் அமர்ந்திருந்த ராமுவின் கையில் இருந்த சிறிய நாய்க்குட்டியை வாங்கி, குளக்கரைக்குள் இறங்கி, நான் பார்த்துக்கொண்டிருக்கும் போதே, தூக்கி வீசினான். பதறிப் போய் “அய்யோ” எனக் கத்திவிட்டேன். மலர்விழிக்கு திக் என்றாகி இருக்கும் போல. அவளைத் திரும்பிப் பார்த்துவிட்டு கணபதியை நோக்கிக் கத்தினேன்.

“அறிவிருக்கா கணவதி, பாவத்த”

கணபதி சிரித்துக்கொண்டே என்னைக் குளம் நோக்கிக் கை காட்டி, “பாரு” என்றான்.

தூக்கி எறியப்பட்ட நாய்க்குட்டியின் முகம் மட்டும் தெரிய, சர்ர்ர்ரென நீந்தி வந்துகொண்டிருந்தது.

கண்கள் விரிய, “பார்த்தியா மலரு” என்றேன். என்னைக் கடந்து நீருக்குச் சென்றவள் நீந்திக் கரையைத் தொட்டு நடுங்கிய நாய்க்குட்டியை வாரித் தூக்கி, தன் தாவணியைக் கொண்டு ஒத்தி எடுத்தாள்.

கணபதி சிரித்துக்கொண்டே, “ஏண்டா! நீ! நல்லவன், நாங்க கெட்டவய்ங்க” எனக் கேட்டு மலர்விழி அதுவரை அமர்ந்திருந்த பாறையில் அமர்ந்தான்.

கையில் இருந்த குட்டியைத் தடவிக்கொடுத்துக்கொண்டே மலர்விழி “யாரு இவனா? இப்பத்தான் ஒரு நிமிசம் முன்னாடி, என்னய லவ் பண்றியா இல்லையான்னு கேட்டுக்கிட்டு கெடந்தான்” என்றவள் கணபதி தூக்கி எறிந்தது போல் அல்லாமல் மெதுவாக மீண்டும் நீருக்குள் விட்டாள். அவளுக்கு அந்த நாய்க்குட்டி நீந்துவதை இன்னொரு முறை பார்க்க ஆவல்.

அதுவும் நீருக்குள் கால்களை அசைத்து, தலையை இருபுறமும் திருப்பிப் பார்த்துக்கொண்டே கரை நோக்கி வந்தது.

அவள் கவனம் இதில் இருந்த நொடிகளில் அவள் பார்க்காதவாறு கணபதி என்னை நோக்கி சைகையால் கேட்டான், என்ன ஒக்கே ஆகலயா? இல்லை என்பது போல் உதட்டைப் பிதுக்கினேன்.

நாய்க்குட்டியை வாஞ்சையாய்த் தடவிக்கொண்டே கணபதி அருகில் அமர்ந்தாள் மலர்விழி. அவர்கள் அமர்ந்திருந்த பெரிய கல்லிற்குப் பின்னால் நின்றிருந்தான் ராமு. நான் அவர்களுக்கு நேர் எதிரே. எனக்குப் பின்னால் குளம். எங்களுக்குப் பக்கவாட்டில் பெரிய புளியமரம்.

“சரி, நீ தான் அவன லவ் பண்றது, இன்னிக்கு நேத்தா, பதினஞ்சு வருசமா இல்ல சேர்ந்தே சுத்துறோம், அவனுக்கு என்னாவாம் கொற?”

கணபதி எனக்கு வக்கீல் ஆகி இருந்தான்.

நாய்க்குட்டியை கொஞ்சிக்கொண்டே சொன்னாள்.

“அடப்போங்கடா, எனக்கு அப்பிடி எல்லாம் தோணுனதே இல்ல.. இந்தா இந்த நாய்க்குட்டியத் தண்ணில தூக்கிப் போட்டியே, அப்ப ஒம் மண்டைல கல்லத் தூக்கிப் போடணும்னு தோணுச்சு, ஆனா அது நீந்தி வந்த அழகப் பார்த்ததும் அட சூப்பர்னு தோணுச்சு. அப்பிடித்தான் சிலது”

ராமு தன் கையில் வைத்திருந்த வட்டக்கல்லை சல்லெனக் குளத்தில் விட்டெறிந்தான். தவளைக்கல், தத்தித் தாவித் தாவி அரை நொடியில் குளத்திற்குள் புதைந்தது. வெகுநேரமாய் வட்டமிட்டுக்கொண்டிருந்தன சன்ன அலைகள்.

நாய்க்குட்டியோடு எழுந்தவள் அதை என் கையில் கொடுத்துவிட்டு அவள் கைகளில் படிந்த ஈரத்தை என் முதுகில் துடைத்தாள்.

“புதுச் சட்ட”

“இருக்கட்டும், அதுக்காண்டி புதுசாவேவா இருக்கப் போகுது?”

சிரித்துக்கொண்டே மேடேறி நடக்கத் துவங்கினாள்.

நான் கணபதிக்கு அருகில் போய் அமர்ந்தேன். அவன் என் கழுத்தில் கை வைத்து நெரிப்பது போல் பாசாங்கு செய்து, “நம்ம ஃபைனல் இயர் படிக்கும்போது ஒங்கிட்ட லவ்வச் சொல்லுச்சே எல்லீஸ் நகர்க்காரப் பிள்ள,பேர் என்னாது ஆங் புனிதா, அப்ப நீ அதெல்லாம் முடியாதுன்னு சிலுப்புன இல்ல... இன்னிக்கு வாங்கிக்க”

“அரசன நம்பி புருசன விட்டக் கத” ராமு புளியங்காயைக் குறி பார்த்து எறிந்துகொண்டே சொன்னான்.

உண்மைதான். காலம் முழுக்க, யாருடைய அன்பிற்காக வாவது ஏங்கிக்கொண்டே இருக்கிறோம், எவருடைய அன்பையாவது நிராகரித்துக்கொண்டே என்று தோன்றியது.

நான், மலர், கணபதி, ராமு, ஞானம் என்ற ஐவர் குழு. எப்போது எப்படி குரூப் சேர்ந்தோம் என்று இன்று வரை தெரியாது. ஒரே ஊர். அதுவும் மதுரைக்குப் பக்கம் இருக்கும் சபர்பன்களில் ஒன்று. ஆனாலும் எங்கள் நட்பு பள்ளியில் தொடங்கி கல்லூரி முடிந்த பிறகும் எவ்விதப் பிரச்சனையும் இல்லாமல் போய்க்கொண்டிருக்கிறது. மலர்விழி போல் ஒரு நட்பு கிடைப்பது அபூர்வம் எனில், அவள் துணையாகக் கிடைத்தால் எனும் சிந்தனை எனக்கு ஏற்படத் துவங்கி சில ஆண்டுகள் ஆகின்றன. ஆனால் வெளிப்படுத்தியதில்லை. ஒருவேளை நிராகரித்துவிட்டால்

என்னாகுமோ என்ற பயமும்., அதன்பிறகு சகஜமாகப் பேசமுடியாதே என்ற கவலையும் சேர்ந்து இதுநாள் வரை அவளிடம் சொல்லாமல் தட்டிக்கழித்து வந்தேன். ஆனாலும் இன்று ஒரு நிம்மதி. நிராகரித்தாள். ஆனால் சகஜமாய்த்தான் இருக்கிறாள். போதும்.

சிமிண்ட் கடை, அதோடு சேர்த்து பூக்கல், டைல்ஸ் என பஸ் ஸ்டாண்ட் காம்ப்ளக்ஸில் கணபதியும் நானும் ஆரம்பித்த கடை ஓரளவு நன்றாகப் போக ஆரம்பித்திருந்த நேரம். கல் அறுக்கும் இடத்திற்கு சென்று அடித்துப் பேசி கொள்முதல் செய்வதை ராமு பார்த்துக்கொண்டான்.

சில மதியங்கள் வித்தியாசமாகத் தோன்றும். வெய்யில் நின்று காயும். மேலேப் பறக்கும் காகத்தின் நிழல் அவ்வளவு நெருக்கமாக நம்மை நோக்கி தவழ்ந்து வருவது போல் இருக்கும். மதியத்திற்கான சத்தம் கேட்கத் துவங்கும். காலையில் இருந்து பரபரப்பாக இருந்த நாள், தன்னைத் தானே சற்று இளைப்பாற்றிக் கொள்ளும் வெய்யில் மீது ஏறி நின்று.. அதில் சைக்கிளோட்டிச் செல்லும் ஆறுமுகத்தின் வியர்வை முதுகோடு ஒட்டிக்கொண்டிருக்கும் சந்தனச் சட்டையின் பிசுபிசுப்பு. எங்கோ ஒலிக்கும் பிள்ளை நிலா இரண்டும் வெள்ளை நிலா பாடல், வெய்யில் வெளியில் மிதந்து அலையும். ஒரு துக்கச் செய்தியோ ஒரு நல்ல செய்தியோ மனதை பெரிதாய் ஒன்றும் செய்துவிடாது என்பது போல் சாலையில் வெளிச்சம் பளீரென விரவிக் கிடக்கும்.

அப்படியான மதியத்தில்தான் சைக்கிளில் வந்து இறங்கினாள் மலர்விழி. அவளை அந்த நேரத்தில் நான் எதிர்பார்த்திருக்கவில்லை. இறங்கி ஸ்டேண்ட் போட்டவள் நேராகக் கடைக்குள் வந்தாள். கடையின் மூலையில் இருந்த மண்பானையில் இருந்து தண்ணீர் எடுத்துக் குடித்தாள்.

என் நாற்காலிக்கு எதிரே போடப்பட்டிருந்த ஸ்டூலில் அமர்ந்தவள், “எங்கடா கணவதி சாப்புடப் போய்ட்டானா?” கேட்டுக்கொண்டே கடையைப் பார்வையிட்டவள் சொன்னாள். “ஏண்டா! எத்தன நாளா சொல்றேன்...நம்ம ஊர்ல விவசாயம் படுத்துப் போச்சு... கொஞ்சம் நஞ்சம் மிச்சம் இருக்குற ஏக்கர்கள குத்தகைக்கு எடுத்து, நெல்ல விக்காம, அதை அரிசியாக்கி கம்மி வெலக்கி நாமளே வித்தா வயலாச்சும் மிஞ்சும் இல்ல, என்னிக்கு நெல்ல விக்கிறத விவசாயி நிப்பாட்டி அதை அரிசியாக்கி விக்கிறானோ அன்னிக்குத்தான் விடிவு”

“என்னா மலரு எலக்‌ஷன்ல நிக்கப் போறியா? இப்பிடி மட்ட மத்தியானம் கத்திரி வெய்யில் மண்டையைப் பொளக்குது, இதுல நீ வேற”

“சரி அத விடு, இவன் நல்லா இருக்கானா?” ஒரு புகைப்படத்தைக் காட்டினாள். கொரியரில் வந்திருந்த கவரோடு. மும்பையில் ஏர்போர்ஸில் வேலை பார்க்கும் மாப்பிள்ளை. தூரத்து சொந்தம் மூலம் வந்த வரன்.சும்மா சொல்லக் கூடாது. ஆள் அம்சமாக இருந்தான்.

“சூப்பரு” என்றேன். சில கணங்களில் இருந்து நம்மை விடுவித்துக்கொள்ளவே முடியாது. அப்படித்தான் ஆகிப்போனது என் நிலை என்று நினைத்துக் கொண்டிருக்கும்போதே ராமு வண்டியை நிறுத்தியவன் என்னை விடுவித்தான். “ஒங்க அப்பாவுக்கு ஒடம்பு சரி இல்லன்னு ஆஸ்பத்திரிக்குக் கூட்டிப் போய்க்கிட்டு இருக்கான் தம்பி, போய் என்னான்னு பாரு”

அவ்வளவுதான். மழை இந்த ஆண்டும் பொய்த்ததால் நான்காவது ஆண்டாக தொடர்ந்து கோடை நடவு ஊரில் இல்லாமல் போனது. களை எடுப்போரெல்லாம் சித்தாள் ஆயினர். மெஷினை முதுகில் கட்டி உரம் அடிக்கும் முருகேசன் மெல்ல கட்டிட மேஸ்த்திரி ஆகிவிட்டார்.

“ஒரு கல்லுக்கு அம்பது யாசு எங்குட்டுய்யா பத்தும், கலா டைல்ஸ்ல எம்புட்டு கம்ஷன் தெரியுமா? ஏதோ உள்ளூர்ப்பயலுகன்னு பார்த்தா” என்று கணபதியிடம் மல்லுக்கு நிற்கத் துவங்கும் அளவு தொழில் பழகி இருந்தார். மலர்விழியின் கல்யாணம் சன்னதித் தெரு அக்கயநாயக்கர் மஹாலில் அம்சமாக நடந்தது. மலர்விழி சேலையில் வேறு ஆள் மாதிரி இருந்தாள். நாங்கள் சோறு பறிமாறலில் இறங்கியதால் ஏதோ மலையை உடைத்து நிமிர்த்திய காரியம் போல் ஆனது அன்றைய நாளின் கதை. கல்யாணப் பந்தியில் சாப்பிடுவோரின் விதவிதமான கோரிக்கைகள், எதிர்பார்ப்புகள், கோவங்கள், சலிப்புகள் என மூன்று நான்கு பந்தி முடிந்தபோது, முதுகுத் தண்டில் பாம்புகள் கொத்தின. வெறும் மோரைத் தவிர எதுவுமே சாப்பிடப் பிடிக்கவில்லை என்ற உணர்வு.

மலர்விழி திருமணம் ஆகி மும்பைக்குப் போனது ஒரு பெருங்கனவுபோல் விரிந்து, மனதின் கீழ் அடுக்குகளுக்கு கொஞ்சம் கொஞ்சமாய் போய்க்கொண்டிருந்தது. நாள்ப்பட்ட பிரிவிற்கென்று தனியாய் ஓர் உணர்வில்லை, அது உடலின் அங்கம் போல் ஆகிவிடுகிறது என்பதை மலர்விழியின் பிரிவு உரைத்தது. இடையே, “பக்கத்துக்கடையை சேர்த்து விரிவாக்குவோம்” என்றான் கணபதி,வேண்டாம் என்றேன். தனியாப் பண்ணுவோமா என்றான். மறுத்து அவன் போக்கிற்குச் சம்மதித்தேன். உற்றோர் உடன் இருத்தல் பலம் அல்லது நலம்.

கணபதியின் கல்யாணப் பேச்சிற்காக காரியாபட்டிக்குச் சென்று திரும்பிக்கொண்டிருக்கும் போதுதான் அந்தப் பேச்சு பரவலாக வேனில் ஆரம்பித்தது.

“இதென்னப்பா! கொஞ்ச நாளா இந்தக் கொரங்குக தொல்ல ஊர்ல. திருப்பரங்குன்றத்துல இருந்து இங்குட்டு பத்தி விட்டாய்ங்க போல, ஒரே எழவாப் போச்சு அதுகளோட”

மாடசாமி இழுத்துப் பேசியது நூறு சதம் உண்மை. ஆம். சமீபமாக மந்தியும் வானரங்களுமாய் மொத்தம் எட்டு குரங்குகள் ஊருக்குள் புகுந்திருக்கின்றன. முதலில் லேசுபாசாக தெருவுக்குள்ளும் மரங்களின் கிளைகளிலும் தென்பட்டவை தம் புத்தியைக் காட்டத் துவங்கின. எல்லோருடைய அன்றாடங்களும் குரங்கும் குரங்கு நிமித்தமும் என்றாகிப் போனது. எல்லோர் வார்த்தைகளிலும், "கொரங்கு வந்துரும், எடுத்து உள்ள வச்சியா" என்பதில் துவங்கி, தெற்குவாசல் தாண்டி பயணப்பட்ட செல்லையா வாத்தியார் வேர்க்க விறுவிறுக்க அடித்துப் பிடித்து மீண்டும் வீடு வந்து மாடிக்கு ஓடி, பூட்ட மறந்த ஜன்னலை மூடியபிறகுதான் மூச்சு விட்டார் என்ற நிகழ்வின் மூலம் புலம்ப ஆரம்பத்தது ஊர்.

ஊரில் யாரும் குரங்கை அதன் இயல்பில் எடுத்துக்கொள்ள தயாரில்லை என்று நான் நினைத்துக்கொண்டே ஒன்னுக்கு அடித்துக்கொண்டிருந்தேன். கக்கூசின் மேற்க்கூரை கம்பிகளாய் வேயப்பட்டது. "நம் முன்னோர்கள் ஒன்றும் முட்டாள்கள் அல்ல" வகையினரைச் சேர்ந்தவர் அப்பா என்பதால், நல்லா வெளிச்சமா இருந்தாத்தாண்டா தேவையில்லாத சிந்தன வராது. வெய்யில் பளீருனு அடிச்சா கக்கூசு க்ளீனா இருக்கும்"போன்ற வியாக்கியானங்கள் வந்து விழும். ஆனால் மழை பொழியும்போது அவசரத்திற்கு அவர் கையில் குடை கிடைக்காமல் போகும்போது தாத்தாவின் கட்டடக் கலையை கிழித்துத் தொங்க விட்டுவிடுவார்.

குரங்கின் இயல்பைப் பற்றி நான் நினைத்துக் கொண்டிருக்கும்போதே கம்பியின் வழியே கையை விட்டு ஓங்கி ஓர் அடிவிட்டது என் பொடனியில். பாதி மூத்திரத்திலேயே மூர்ச்சையாகி அப்படியே குனிந்து வெளியே வந்தவன் தான், குரங்குகளை ஊரை விட்டுக் காலி செய்ய வேண்டும் என்ற ஜமாவில் போய் சேர்ந்துவிட்டேன்.

ஒவ்வொரு நாளும் ஒவ்வொரு விதமான வைபவங்களை அரங்கேற்றிக் கொண்டிருந்தன குரங்குகள். பெரிய ஆண் குரங்கு அலட்சியமாய் சாய்ந்து படுத்திருக்க, மற்றவை தாவிக் குதித்து சேட்டைகள் செய்துகொண்டிருக்கும். கொஞ்ச நாளிலேயே குரங்குகளுக்கு ஊரின் நெளிவுசுழிவுகள் அத்துப்படியாகிவிட்டன. விரலில் அப்பளங்களை வாங்கிச் சொருகிக் கொண்டு ஆனந்தமாய் தின்னும் குழந்தைகள் நடந்து வரும் நேரம், சௌந்தர் கடையில் தேங்காய்ச் சில்லுகள் தீர்ந்து, புதுத் தேங்காய் உடைபடும் நேரம் சிரட்டை சகிதம் நீருக்கு நிற்பது. யார் யார் வீட்டு பால்கனிகளில் எப்பொழுதெல்லாம் என்ன காயும் என பட்டியல் தயாரித்து அதன்படி இயங்கத் துவங்கி இருந்தன. ஆக, ஊரில் குரங்குக் கண்களில் இருந்து பொருள்களை மறைப்பதே தலையாய வேலை என்பதாகிப் போனது.

ஒரு நாள் பெண்கள் முன்னர் நாயகன் ஆவதற்காக குரங்கை விரட்டும் விதமாக அதட்டி கையை ஓங்கி இருக்கிறான் ராமு. அவ்வளவுதான். ஏகத்தில் அத்தனை குரங்குகளும் தரையிறங்கி அவனைத் துரத்த, பீதியில் அலறி ஓடி அசிங்கப்பட்டவன், "கொல்லாம விடக்கூடாதுடா இதுகள" எனக் கருவ ஆரம்பித்து விட்டான். இப்படி எதிரிகளை வளர்த்துக்கொண்டே போயின குரங்குகள்.

மந்தையில் கூடிய ஊர் ஒருமனதாய் ஒரு முடிவெடுத்தது. அக்கம்பக்க ஊரில் இருந்து குரங்காட்டியை வரவழைத்து, மொத்தக் குரங்குகளையும் பிடிப்பது. செம்பட்டைக்கிழவிதான் குரல் கொடுத்தாள். "அந்த கூறுகெட்டப் பயக, கரண்ட்ட வச்சுப் பிடிப்பாய்ங்கடா பாவம்". குரங்குகளை நிந்தனை செய்யாமல் பிடிக்க வேண்டும் என்பதையும் தீர்மானமாக ஏற்றது கூட்டம்.

குரங்காட்டி, தன் குடும்பத்தோடு வந்து இறங்கினான். இளந்தாரி. அவன் மனைவி. இரண்டு குழந்தைகள்.

தென்னை மரங்கள் நிறைந்து இருந்த குட்டக்கோவாலு வீட்டுத் தோட்டத்தில் அவர்களுக்கான இடம் ஒதுக்கப்பட்டது. “ஏற்கெனவே ஏகப்பட்ட பாவம் பண்ணியாச்சு, அதுல இது வேறயா, அனுமாரே காப்பாத்து” என்று குட்டக்கோவாலு குரங்குகள் இருந்த திசை நோக்கிக் கும்பிட்டவர், உற்று நோக்கி, “அடியே பாக்கியம், சொம்ப வெளில வைக்காதன்னு சொன்னேனே, கொரங்கு கைல மாட்டிக்கிட்டு கொன்ன வழிக்கிது பாரு” என்று கத்திக்கொண்டே உள்ளே ஓடினார்.

குரங்காட்டி, தவடாக்கட்டையில் முள்போல் படர்ந்திருந்த தாடியைச் சொறிந்துகொண்டே வாகு பார்த்தான்.

“கொல்லத்தானக் கூடாது, கையக் கால முறிச்சுத் தூக்கிறலாமா இல்ல அதுக்கும் வழி இல்லயா?”

அவன் சொல்லும்போதே கை, கால் முறிபடும் சத்தம் கேட்டு சங்கடப்படுத்தியது. “அதெல்லாம் வேணாமப்பா, சாக்கக் கீக்கப் போட்டு பிடிப்பியா?” நான் சொன்னதும் என்னை அசூசையாய்ப் பார்த்தான்.

இரண்டு நாள்களில் பெரிய மரக்கூண்டு தயார் செய்துவிட்டான். திட்டப்படி அந்தக் கூண்டிற்குள் பழங்கள் திண்பண்டங்கள் வைத்து, தயார் நிலையில் காத்திருப்பது. உள்ளே நுழைந்ததும் சடக்கென பூட்டித் தூக்கிவிடுவது.

தென்னை மரத்தின் உச்சியில் இருந்து பார்த்த ஆண் குரங்கு, மற்ற குரங்குகளை கட்டுப்படுத்திக் கூண்டின் பக்கமே விடவில்லை. “நாங்கல்லாம் உங்களுக்கு அப்பங்கடா”ன்னுதுப்பா அதுக, கல்லக்கொண்டி எறிஞ்சு மண்டயத் தெறந்து விடாம கூண்டக் கட்டுற ஆளுகளப்பாரு” சின்னான் சொல்லிவிட்டு வேடிக்கை பார்க்கும் கூட்டத்தை விட்டு வெளியேறிவிட்டான். முதல்நாள் மதியம் ஊரில் பாதி இருந்த இடம் அன்று மாலை கால் வாசியானது.

குரங்குகள் வழக்கதைவிடவும் அதிக உக்கிரமாக கோவாலு வீட்டு மாடியில் காயப்போட்டிருந்த துணிகளை குதறிக் கிழித்துப் போட்டுப் போய்விட்டன.

அப்படி இப்படி என மூன்று நாள்கள் போயும், வாழைப்பழங்கள் சூம்பத்து வங்கியதேயொழிய, குரங்குகள் கூண்டின் பக்கம் வரவேயில்லை. குரங்காட்டியின் மீது வைத்த நம்பிக்கை நகரத் துவங்கியதை உணர்ந்தவன், எங்கிருந்தோ தேனைக்கொண்டு வந்தான். மலைத்தேன் என்றான். பாட்டிலில் இருந்து ஒரு சொட்டு கீழே விட்டான். பாகு போல் வெகுநேரமாய் பயணித்தது ஒரு துளி. தேன் துளிகளை அங்கங்கே தெளித்தான். வாசம் விரவத் துவங்கியது.

அந்த அகால இரவு நேரத்தில், தூங்கிக்கொண்டிருக்கும் ஊரை ஒரேடியாய் அடித்து எழுப்பியது குரங்குகளின் சத்தம். கோரமாய்க் கத்தின. படபடவென ஊர் விழித்து, தோட்டத்தின் பக்கம் கூடியது.நானும் கணபதியும் போகும்போதே பாதி ஊர் சேர்ந்துவிட்டிருந்தது.

தேன் சுவைக்கு ஆசைப்பட்டு, கூண்டில் ஒரு குட்டிக்குரங்கு மாட்டி இருந்தது. மற்ற குரங்குகள் கூண்டிற்கு அருகில் வராமல் ஆனால் குட்டியைக் காக்கும் வண்ணம் கத்திக் கூப்பாடுப் போட்டுக்கொண்டிருந்தன. தாய்க்குரங்கானது தென்னை மரத்தின் உச்சியில் இருந்து தாவிக் குதித்து, வில்லாய் வளைந்து, அரற்றியது.

முதல் நாள் வரை குரங்கைத் திட்டிக் கொண்டிருந்த பலரும், ச்ச்சொச் என உச்சுக் கொட்டி பரிதாபப் பட ஆரம்பித்தார்கள்.

குரங்காட்டி எங்களைப் பார்த்து, “எல்லாம் போங்க, காலைல ஒரு கொரங்கு இருக்காது. கூண்டத் தூக்கிட்டுப் போனதும் பின்னாலயே வந்துரும். கடிக்க வந்தா,

சுருக்குப் போட்டு இழுத்துருவேன், போங்க போங்க''என வெற்றி முழக்கமிட்டான்.

ஊர் முன்னர் தன் தொழில் தோற்றுப் போகத் தெரிந்த அவமானத்தில் குரங்காட்டி என்ன வேண்டுமானாலும் செய்து குரங்குகளைப் பிடித்துப் போய்விடவேண்டும் என முடிவு கட்டி இருந்தது, அவன் செய்து வைத்திருந்த நரம்புக் கம்பி சுருக்குகளில் தெரிந்தது.

குட்டிக்குரங்கு கூண்டின் மேற்கூரையில் ஒட்டிக்கொண்டு வெளியேறத் துடித்தது.

குரங்காட்டி கட்டி இழுப்பதற்கு வைத்திருந்த கயிற்றை யாரும் பார்க்காத ஒரு கணத்தில் சட்டென அவிழ்த்துவிட்டேன். படீரென கூண்டின் கதவு கீழ்நோக்கித் திறந்துகொள்ள, குட்டி ஒரே தாவலில் மேலேறி தாயின் வயிற்றைக் கட்டிக் கொண்டது.

குரங்காட்டி கத்தினான். ''இனி ஜென்மத்துக்கும் அதுக ஆம்புடாது, என்னய ஆள விடுங்க''

அடுத்த நொடி நிலா வெளிச்சத்தில், அத்தனைக் குரங்குகளும் தென்னைமர உச்சிக்குப் போய் அந்தப் பக்கமாத் தாவி மறைந்தன.

ஊர் சலசலப்பிற்கு இடையே நிம்மதியாய் நடந்து, படுக்கையை அடைந்தேன். என் மனதின் அடியாழத்தில் இருந்து ஒரு கரம் துழாவித் துழாவி வெளியேற வழிதேடிக் கொண்டிருந்தது.

அது ஒரு பெண்ணின் கரம்.

புறங்கையில் மச்சம் ஒன்று இருந்தது.

- கல்கி, 2017

அச்சு

கூடத்தில் இருந்த கட்டிலில், அப்பாவைப் போலவே படுத்திருக்க நான் செய்த முயற்சிக்கான பலன் கிடைத்தது. காலை நீட்டி, வலதுகாலின் கட்டை விரல் மற்றும் பெரிய விரலால் இடது குதிகாலை இறுகிப் பிடித்துக்கொள்வது அப்பாவின் பழக்கம். கால்வலிக்குச் சற்று இதமாக இருந்தது. அதைவிட முக்கியமாய், என் அருகில் அமர்ந்த அக்கா, எதிரில் இருந்த தூணில் சாய்ந்து அமர்ந்திருந்த அத்தையிடம் "இங்க பாரு அத்த, அப்பிடியே அப்பா மாதிரியே தூங்குறத" என்ற சொற்கள் தான் நான் சொன்ன பலன் கிடைத்த விசயம். அவ்வளவு இதமாய் இருந்தது. தூங்குவது போல் முகத்தை வைத்துக்கொள்வது சற்று கடினமான காரியங்களில் ஒன்று. அக்கா, பிள்ளை பெற்ற பச்சை உடம்புக்காரி. அவளிடம் இருந்து வந்த பசும் குழந்தை வாசம் கூடத்தை நிறைத்தது.

“அத ஏங்கேட்குற, அப்பிடித்தான் அன்னிக்கு காலைல திண்ணைல ஒக்காந்து பேப்பர் படிச்சுட்டு இருந்தான், நான் ஒங்கப்பன்தான்னு நினைச்சுட்டு திரும்புறேன் பின்னாடி இருந்து ஒங்கப்பா எதையோ எடுத்துட்டு கெணத்துமேட்டுக்குப் போறான். தூக்கி வாரிப் போட்ருச்சு. போய் முன்னாடிப் பார்த்தா இவென். வீட்டு மண்ண எடுத்து செய்யுற அச்சு வேற எங்க போகும்?”

இன்று நேற்றல்ல, சிறுவயதில் இருந்தே அப்பாவை பிரதி எடுப்பது எனக்குள் அதுவாகவே வந்து அமர்ந்து கொண்ட ஒன்று. காபி குடிக்கும்போது ஆட்காட்டி விரல் அனிச்சையாக ஒதுங்கி டம்ளரில் இருந்து நீட்டிக் கொண்டிருக்கும். சாப்பிடும் போது இடது கையை தரையில் ஊன்றிக்கொள்வார். மார்புக்குக் குறுக்காக X வடிவில் கையைத் தோள்ப்பட்டையில் பிடித்துக்கொள்வார். இப்படி நுட்பமாக அவதனித்தலை ஒரு வேலையாக செய்து வந்திருக்கிறேன் போல. அது என்னவோ தெரியவில்லை, அப்பா மாதிரியே என்ற சொல் கொடுக்கும் உவகை என்னைப் பொருத்தவரை அவ்வளவு பிடித்தமான ஒன்று.

அம்மா எங்களைக் கடந்து வாசலுக்குப் போவது அம்மாவின் காலடிச் சத்தம் உணர்த்தியது. டங் டங் என அதிர நடந்து கடக்க, அத்தை வழக்கம்போல் ஆரம்பித்திருந்தாள்

“என்னா நட இது, வீடு விட்டுப் போற மாதிரி, கொஞ்சம் மெதுவாத்தான் நடந்தா என்ன? ஒங்கம்மாவச் சொல்லிக் குத்தமில்ல, அவங்க வீட்டுக்காரங்க நட அது”

மிகச் சாதாரணமான வாக்கியம் தான் அத்தை பேசுவது எல்லாமே. ஆனால் அணுவைப் பிளந்து ஏழ் கடல் புகுத்தும் உக்தியை தன் எல்லா வாக்கியத்திலும் வைத்திருப்பாள். இந்த வாக்கியத்தில் அம்மாவின் வீடு பூர்வீகம் என இழுத்துவிட்டாள்.

"ஆமா, ஒங்க வீட்ல எல்லாரும் அப்பிடியே பூப்போல நடக்குறீங்க பாரு, சும்மா போத்த"

அக்கா அம்மாவிற்கு ஏற்றுக்கொண்டு பேச, அத்தை சளைக்காமல்,

"பார்த்தியா கல்யாணம் கட்டிப் பிள்ளையப் பெத்ததும் நீ வேற வீட்டுக்காரி மாதிரி பேசுறத. தானா பொண்ணுங்களுக்குள்ள வந்துரும் போல, சரி சரி ரூமுக்குப் போ, பிள்ள அழுகுறான் பாரு"

அம்மா வெளியில் இருந்து என் பேரைச் சொல்லிக் கத்தவும் தூக்கத்தில் இருந்து எழுவது போல் சற்று முணங்கி எழுந்தேன்.

"தூங்குறவன எழுப்புறா பாரு" என அத்தை ஆரம்பிக்க, நான் கட்டிலில் அமர்ந்து வெளியே பார்க்க... வாசலில் இருந்து கையை ஆட்டி அழைத்தாள் அம்மா.

"என்னம்மா?"

அம்மா மிகவும் குட்டை என்று சொல்லிவிட முடியாது. ஐந்தடி. ஆனால் நான் அப்பா போல் உயரம் என்பதால் என்னை நிமிர்ந்து பார்த்தாள்.

"அங்க பாரு, நேத்து சொன்னேன்ல.. அந்தக் கூட்டம் இன்னிக்கும் வந்துருக்கு போல, போய் பாரு, நம்ம வீட்டுக்கும் ஏதாச்சும் செய்யலாம்"

நேற்றே சொல்லி இருந்தாள். எங்கோ இராஜஸ்தானுக்கு அந்தப் பக்கம் இருந்து வந்த சில இளைஞர்கள், தெருவில் நல்ல நிழல் இருக்கும் ஒதுக்குப்புற இடமாகப் பார்த்து அமர்ந்துகொண்டு, வீட்டில் இருந்து எந்தவிதமான பழைய பொருளைத் தந்தாலும் அதை கண் முன்னே உருக்கி, நாம் விரும்பும் வடிவ அச்சில் வார்த்துக் கொடுத்து விடுகிறார்களாம்.

நான் பார்த்துக் கொண்டிருக்கும்போதே அவர்களைச் சுற்றி கூட்டம் கூடத் துவங்கியது. கையில் சில பிளாஸ்டிக், எவர்சில்வர் பொருள்களை எடுத்துக்கொண்டு தனம் எங்களைக் கடக்கும் போது அம்மாவைப் பார்த்து,

"ஓட்டப் பாத்திரம் இருந்தா குடுங்கக்கா, சூப்பர் சூப்பர் செலயா செய்யுறான்" என ஆவலைத் தூண்டிவிட்டுப் போனாள்.

"போடா, போய்ப் பார்த்துட்டு வா"

"அட என்னாம்மா! சின்னப்புள்ளையா நானு, இன்னும் தேங்காச்சில்லு வாங்கிட்டு வரச் சொல்ற, அங்க ஒரே பொம்பளைங்க கூட்டமா நிக்கிது"

"ஆமா, இவருக்கு அப்பிடியே அம்பது வயசு ஆகிருச்சு. அங்க பாரு... சீனி போறான்"

சீனி கையில் பெரிய பித்தளைக் குடத்தைத் தூக்கிக் கொண்டு போனான். ஆனால் என் பார்வை என்னவோ அவனுக்கு முன்னால் போகும் கற்பகம் பின்னால் போனது.

சட்டென மனதை மாற்றிக்கொண்டு வீட்டிற்குள் போய் முகத்தைக் கழுவி, கண்ணாடி பார்த்துவிட்டு, கிளம்பினேன்.

"என்னடா! நட லாவம் நோனி மிச்சம்னு வெறுங்கைய வீசிக்கிட்டு போற, கொடத்த எடுத்துட்டுப் போடா"

அம்மா சொல்லும்போதே எனக்குக் கோவம் வந்து விட்டது. அதைவிட முக்கியமாய் கையில் குடத்தை எடுத்துக் கொண்டு நான் போகும் காட்சியை என்னால் கற்பனையில் கூட காணமுடியவில்லை என்பதால் "சும்மாரும்மா" என வழக்கம்போல் கத்திவிட்டுக் கிளம்பினேன்.

நான் கத்தினாலும் திட்டினாலும் சத்தமாகப் பேசினாலும் அம்மா என்னைப் பார்த்து சிரிப்பாள். அது இன்னும்

அவமானமாக இருக்கும். அப்பா கத்திப் பேசினால் மட்டும் சட்டென முகம் மாறி, மரியாதையும் பயமும் கலந்து பதில் வினையாற்றுவாள். நான் கத்தினால் சிரிப்புதான்.

நேற்று பல வித்தைகளைக் காட்டி இருப்பார்கள் போல இந்த மூன்று இளைஞர்கள். தெரு மொத்தமும் கூடி இருந்தது அவர்கள் முன்னால். பெரும்பாலும் பெண்கள். நான், சீனி, ரகு மற்றும் பாபு என நாங்கள் கூட்டத்திலும் இருந்துகொண்டு சற்று விலகியும் இருப்பது போல் நின்று கொண்டு கவனித்தோம்.

கல்லும் மண்ணுமாக இருக்கும் குமரேசன் வீட்டு வாசலை இவர்கள் கூட்டித் தள்ளி பளிச்சென்று ஆக்கி தங்கள் உடைமைகளைப் பரப்பி இருந்தார்கள்.

சித்திரைத் திருவிழாவில் தண்ணீர்ப் பீச்ச பயன்படும் 'துருத்தி' போல ஒன்றை வைத்து காற்று எழச் செய்து அதிலிருந்து வரும் நெருப்பிற்கு ஏதுவாக ஒரு பெரிய குடுவையை வைத்திருந்தார்கள். அதற்கு வலதுபக்கம் இருந்தவன் கையில் எதை வேண்டுமானலும் தூள் தூளாக ஆக்கிவிடக்கூடிய பெரிய கட்டிங் பிளேயர் போன்ற ஒன்று. இருவருக்கும் நடுவே சற்று பின் தங்கி அமர்ந்திருந்தவன் முன்னர் அச்சுக் கலயங்கள். கிட்டத்தட்ட ஓர் ஆய்வுக் கூடம் போல் காட்சியளித்தது. மூவரின் உடைகளும் ஒரே வித அழுக்கு. மூவர் வாயிலும் பீடா, பான்பராக் கறைகள். ஆனால் அவர்கள் சிரிக்கும் போது வசீகரமாய் இருந்தார்கள். தங்கள் ஆய்வுக் கூடத்தை தயார் செய்யும் மும்முரத்தில் இருந்தார்கள். ஏதோ மந்திரத்திற்குக் கட்டுப்பட்டது போல் தெருக்காரர்கள் அமைதியாக காத்திருந்தார்கள்.

“நேத்து மெரட்டி விட்டான். ஒரே செகண்ட்தான் மாப்ள, டக்குபுக்குனு ஒடச்சு அதுல போட்டான். அப்பிடியே

கொதிச்சு கூலாகிருச்சு. என்னத்த சேர்க்குறான்னு தெர்ல. அப்பிடியே கொதிக்கக் கொதிக்க அந்த அச்சுல ஊத்தி மூடி அஞ்சே நிமிசம் தான், செல என்னா மானிக்க இருக்கு தெரியுமா?"

பாபு தன் மொத்த அப்பாவித்தனைத்தையும் குரலில் கொண்டுவந்து விடுவான்.

"வெயிட் இருந்துச்சாடா சிலைல?"

என் அறிவாளித்தனக் கேள்வி.

"இவென் ஒருத்தண்டா, இவங்க அப்பா மாதிரி என்னத்தயாவது கட்டயக் குடுக்குறதுக்குன்னே கேப்பான்"

சீனி சடைத்துக்கொண்டு சொல்ல, நான் அவன் சொன்னது விமர்சனமா, பாராட்டா என யோசித்துக்கொண்டே கூட்டத்தைப் பார்த்தேன்.

கற்பகம் மிக மும்முரமாய் என்ன சிலையை தெரிவு செய்யலாம் என்பது போல் பார்த்துக்கொண்டிருந்தாள். ஒரு சிலையே சிலை செய்யச் சொல்கிறதே, அடடே என ரகுவின் காதில் சொன்னால் அவன் பயந்து வீட்டிற்குப் போய்விடுவான். அதனால் அமைதியாகப் பார்த்துக் கொண்டிருந்தேன். அவள் புருவங்களைக் குறுக்கி, கண்களைச் சுருக்கி மிக மும்முரமாக ஒரு சிலை மீது தன் பார்வையைக் குவித்திருந்தாள். அது, நிமிர்ந்து நிற்கும் ஒரு போர் வீரனின் முதுகுப் பக்கம் குனிந்து நிற்கும் ஒரு பெண் என, ஏறக்குறைய எல்லோரையும் கவர்ந்த சிலை. அவள் எதேச்சையாக என்னைப் பார்க்க... நான் அந்த சிலையே சிறப்பு என்பதுபோல் சைகை செய்ய பட்டெனத் திரும்பிக்கொண்டாள்.

"என்னா சீனி, அந்தப் போர் வீரன் செல செம்மயா இருக்குல்ல?" என்ற என் அடுத்தக் கட்ட அம்பிற்கும் பதில் இல்லை.

திடீரென கூட்டத்தில் சலசலப்பு. தயாராகிவிட்டது கொதிகலன் என்பது போல் மூவரும் பரபரப்பாக எழுந்து இடம் மாறி, பொருள்களை சீர் செய்து அமர்ந்துகொள்ள... ஒருவன் ஆரம்பித்தான்

“கடேல போனா ஆய்ர் ரூப்பியா, நம்ம இருநூர்ல பண்ணிருவான், ஒடயாது, துரு பிடிக்காது”

என ஒரு சிலையை எடுத்து அதன் மேல் நெருப்பைப் படர விட்டான். மண்ணில் போட்டுத் திருப்பினான். ஓர் இரும்பு ராடை எடுத்து நங்கென சிலை மீது இடித்தான். சிலை பளபளவென அப்படியே இருந்தது. எங்கள் பள்ளிக்கூட வாசலில் இப்படித்தான் ஒருவர் ஒரு கட்டையை வைத்து அதில் ஹீரோ பேனாவை சதக் என சொருகி விற்றுக்கொண்டிருப்பார். நாம் வாங்கிய பின்னர் அப்படி கட்டையை நோக்கி எறிய மனம் வராது.

“வெயிட் தேக்கோ” என தன் கையில் இருக்கும் சிலையை மேலும் கீழும் ஆட்டி எடையை உணரச் செய்தான்.

“அதெல்லாம் சரியப்பா! பொருள் எங்கதுதான, வெறும் அச்ச வச்சுக்கிட்டு எற நூறு ரூவா எதுக்கு, நூர் ரூவா வாங்கிக்க” சவுடாலாக பேசுவதாக நினைத்து ஜெயராஜ் வாத்தியார் கத்திவிட்டு கூட்டத்தினரைப் பார்த்தார், பெருமிதமாக... “சாருக்கு எப்பவும் ஸ்கூல் நெனப்புதான், இப்பிடியா கால் கால்னு கத்துவீங்க, காது சவ்வு கிழியுறாப்ள” ஒச்சே அடி என்பார்களே அப்படியாக வாத்தியாரின் கதாநாயகத்தனத்தை அடித்து நொறுக்கிய செல்வியக்காள் தன் பாத்திரத்தை முதலில் கொடுத்து முந்திவிடும் முனைப்பில் கையை நீட்டினாள்.

சீனியும் இலக்கை நோக்கி முன்னேறி பெரிய சிலையாக அச்சில் வார்த்து எடுக்கும் கனவோடு கூட்டத்திற்குள் புகுந்தான்

“இடிச்சான் பார்த்தியா” என்ற பாபுவை ரகு உடனே அமர்த்தினான். “சும்மா இர்றா, தெருவுக்குள்ள போயி”

“ஏண்டா! அவென் பண்ணத நான் சொன்னது ஒனக்குக் குத்தமா படுதா?” என்று கடிந்துகொண்டு என்னைப் பார்த்து “இவென் ஒரு டப்பா டான்ஸாடுனவண்டா” என்றான்.

கொடுக்கப்பட்ட பாத்திரமோ, குடமோ அதைக் கத்தரித்து, நெளித்து அமுக்கி நசுக்கி என அத்தனைவித இடர்பாடுகளையும் அதற்கு அளித்து அந்தக் கொதிகலனில் போட்டு ஏதோ ஒரு திரவத்தை ஊற்ற, சற்று நேரத்திற்கெல்லாம் குபுகுபுவென இளமஞ்சளும் அல்லாத வெள்ளையும் அல்லாத, அட இன்ன நிறமென்றே கணிக்க இயலாத ஒரு திரவமாக உருகி, கொப்பளித்தது. பாகு பதத்திற்கு வரும்வரை கொதிக்க விட்டு, அதை தயாராக தெரிவு செய்யப்பட்டிருந்த அச்சின் குழிகளில் நன்றாகத் துணியை வைத்து, பிறகு ஏதோ திரவத்தை வைத்து துடைத்துவிட்டு அதில் இட்லி மாவை ஊற்றுவதுபோல் இண்டு இடுக்கில் எல்லாம் நிறைவது போல் ஊற்றி பட்டென மூடி வைப்பதை கூட்டம் மொத்தமும் வாயில் ஈ போவது தெரியாமல் பார்த்துக் கொண்டிருந்தோம். எனக்கு அந்தக் கொதிக்கும் பாகை தொட்டுப் பார்க்க வேண்டும் எனத் தோன்றியது.

சீனியின் சிலை பெரிதாகவும் கனமாகவும் சுடச் சுட இருக்க.. கையில் வாங்கிப் பார்த்த மாத்திரத்தில் நாமும் ஏதேனும் எடுத்து வந்திருக்கலாமோ என்று தோன்றியது. அது ஓர் அழகான பெண் கையில் அகல்விளைக்கை தாங்கி நிற்கும் சிலை.

நான் பார்த்துக்கொண்டிருக்கும் போதே உமயவனின் கீச்சுக்குரல் கேட்டது. “அண்ணே! ஒங்கம்மா கொடுத்து விட்டுச்சு.” பித்தளைப் பாத்திரம். அம்மாவிடம் பிடித்தது

இதுதான். என் மனதிற்குள் நுழைந்து என்ன வேண்டுமென அறிந்து செய்வாள். குறிப்பே தேவைப்படாது.

கற்பகம் செய்யச் சொன்ன சிலையை அச்சில் வார்க்கச் சொல்லி அதை எடுத்துக்கொண்டு வீட்டிற்குப் போகும் பொழுது மிதப்பாக இருந்தது.

“தொர ! பாத்திரம் தூக்கிட்டுப் போனாமட்டும் அசிங்கம், ஆனா சிலைய தெருவே பார்க்குற மாதிரி

எடுத்துட்டு வருவ?” என சொல்லிக்கொண்டே வாங்கிப் பார்த்தாள்.

“ஆமா, அவென் என்ன ஒங்க ஊர் மாதிரி பட்டிக்காட்லய வளர்றான்?” அத்தையின் கிண்டலுக்கு அம்மாவின் “அதுவும் சரிதான்” என்ற பதில் அவ்வளவு திருப்தியாக இல்லை என்பதாக முகத்தைத் திருப்பிக் கொண்டாள் அத்தை.

அக்கா குழந்தையை மடியில் கிடத்தி கூடத்தில் அமர்ந்திருந்தாள்.

“தொடாதடா, போ, போய் கையக் காலக் கழுவிட்டு வந்து தூக்கு” அடிவயிற்றில் இருந்து கத்திய அம்மாவை முறைத்துப் பார்த்துக்கொண்டே போய், கழுவிக்கொண்டு வந்து குழந்தையை தூக்கினேன். மூன்று மாதங்கள் ஆகின்றன. இவனைச் சுற்றித்தான் இப்போது இந்த வீட்டாரின் உலகம் என்றாகிப் போனது. அக்காவும் ஏதோ பாட்டி போல் பேசுவதும் நடந்துகொள்வதும் என மாறி இருந்தாள்.

குழந்தை அப்படியே அக்காவின் கணவர் போல் இருந்தான். “அப்பிடியே அவங்க அப்பாதான் போல” என்றேன். அக்கா “இல்லடா ஒன்ன மாதிரி தெரியுது” என்றதும் அம்மா “இல்ல இல்ல, அப்பிடியே ஒம் புருசன்தான். எப்பவும் பசங்க அப்பா சாயல்ல இருக்குறது

அந்தக் குடும்பத்துக்கு அவ்வளவு சந்தோஷத்தக் கொடுக்கும். அவங்க வீட்டுப் பையனே திரும்பி பொறந்த கொண்டாட்டம். இன்னும் நீ மாமா மாதிரி, தாத்தா மாதிரினு ஒளரி வைக்காத. ஒம் பொறந்த வீட்டு மேல வர்ற எளக்காரம் பிள்ள மேலயும் வந்துரும், செல்லம் கொஞ்சுறதுல கூட ஓரவஞ்சன ஆகிரும்''

அம்மா சொல்லிவிட்டு வெந்நீர் எடுத்துவரப் போக... நான் அம்மா பின்னாலேயே போவதைப் பார்த்து அத்தை '' இவென் ஒருத்தன், அம்மாவ கேலி பண்றேன்னு டங்கு டங்குனு நடப்பான், கொழந்த பயப்படுது பாரு''

மதியப் பொழுதில் எப்போதும் அய்யனார் கோயில் ஒர் அச்சத்தை ஏற்படுத்தும். ஆனால் இன்று அங்கு கிடாவெட்டு என்பதால் பாதி ஊர் கோயிலில் திரண்டு இருந்தது. நாங்கள் அய்யனார் கோயிலை ஒட்டி இருந்த கம்மாய்க்கரையில் ஆயத்தமாகி இருந்தோம்.

சீனிதான் சரக்கு அடிப்போம் என்ற ஏற்பாட்டை ஆரம்பித்து வைத்திருந்தான். ஆனால் அதற்கு முன்னர் செய்யவேண்டிய சிறிய வேலைகளைச் செய்து, கோயில் கமிட்டியிடம் நல்ல பெயர் வாங்கும் பொருட்டு சில வேலைகளைப் பிரித்துக் கொண்டோம். சிறிய கோயில் தான். பக்கவாட்டில் இருந்த சிலையின் மீது படிந்திருந்த களிம்பைத் துடைத்து எடுத்தார் பூசாரி. அந்த சிலை இப்போது வேறு சிலை போல் காட்சியளித்தது. எல்லா சிலைகளுக்கும் மாலை, ஒய்யாரமாய் நிற்கும் குதிரை மீது மாலையை தூக்கிப் போடுவது என கொஞ்சம் கொஞ்சமாய் களை கட்டியது கூட்டம். ''ரங்க ரக்குற ரங்க ரக்குற'' என மாரி ஆட ஆரம்பித்திருந்தான். செம்பூரணி ரோட்டு ஒருமரக் கள்ளு அவனை ஆட்டுவித்துக்கொண்டிருந்தது.

“நீனும் அதே செலதான செஞ்ச” கற்பகம் யாருக்கும் கேட்காகாதவாறு என்னிடம் அந்த வாக்கியம் உதிர்த்தாள். அது கேள்வியல்ல. நிச்சயம் செய்துகொள்தல். நம்பிக்கை. கட்டளை என பலவாறான ஒன்று. ஆம் என்பது போல் நான் சிரிக்க, “அதானப் பார்த்தேன்” என்று கடந்தாள். அவளைவிடவும் வேகமாக அவள் சின்னஞ்சிறு ஜிமிக்கி கடந்தது.

என் கையில் இருந்த பொருளை சீனியிடம் கொடுக்கும் பொருட்டு கூட்டத்தின் சத்தத்தை மீறி, “டேய் சீனி!” எனக் கத்தவும் சீனி ஓடி வந்தான்.

ஒரு பெரியவர் என்னை அருகில் அழைத்தார்.

“தம்பி! நீங்க காரியாபட்டியா?”

“இல்லயே, இந்தூர்தான். ஏன் பெருசு! நீங்க எந்தூரு?”

“நான் ஒரு காலத்துல காரியாபட்டில இருந்தேனப்பா. அப்பிடியே ஒன்னய அச்சுல வார்த்த மாதிரி இதே ஒசரம், இதே மொகம், இதே சத்தம்னு ஒருத்தரு எங்கூர்ல இருந்தாரு, தங்கராஜன்னு.. அதான் அசந்துட்டேன்.

அம்மாவுடைய அப்பாவின் பெயர் அது.

ரங்க ரக்குற ரங்க ரக்குற என அடி பின்னிக் கொண்டிருந்தான் மாரி.

ஒரே வெட்டாய் வெட்டினார் பூசாரி.

பாபு கூப்பிடக் கூப்பிட நான் சைக்கிளை ஏறி அழுத்தினேன், இப்போதே அம்மாவைப் பார்க்க வேண்டும் எனக்கு.

* * *

ஊடு

தேவையில்லாமல் வந்துவிட்டோம் என்று மூன்றாவது முறையாகத் தோன்றியது எனக்கு. முதல் இரண்டு முறைகளைப் பற்றி பிறகு சொல்கிறேன். மூன்றாவதுதான் முதன்மையானது. காரணம், செல்லப்பாண்டி அண்ணன். அவர் இங்கு இவ்வளவு தூரம் வருவார் என்று தெரிந்திருந்தால் நான் வந்திருக்கவே மாட்டேன்.

செல்லப்பாண்டி அண்ணன் சற்று பூசினாற்போல் இருந்தார். லேசான தொந்தி. எப்போதும் எட்டிப் பார்க்கும் எத்துப்பல் இப்போது சற்று உள்ளடங்கி இருந்தது.

எப்படியும் இருபது வருடங்களாவது இருக்கும். இல்லை, மிகச் சரியாக இருபத்தி இரண்டு வருடங்கள் ஆகின்றன அவரைக் கடைசியாகப் பார்த்து. அவர் என்னை அடையாளம் கண்டுவிடக்கூடாது என்று கோயில் தூணின் பின்னால் நின்று கொண்டேன். ஏதோ ஒரு குறுகுறுப்பு, எட்டிப் பார்த்தேன். ஆளைக் காணவில்லை.

நல்ல முகூர்த்தம் என்பதால் பத்துக்கும் மேற்பட்ட குடும்பங்கள் அறுவதுக்கு அறுவது செய்துகொண்டிருந்தார்கள். திருக்கடையூர் ஆலயம் இதுபோன்ற வைபவங்களுக்கு மிகவும் பிரசித்திப் பெற்றது என்று ஒரு பெரியவர் விளக்கிக் கொண்டிருந்தார். சில ஜோடிகள், அறுபதாம் கல்யாணம் போல் அல்லாமல் மிக இளமையாகத் தெரிந்தார்கள். சிலர் எழுபதுபோல் பொலி விழந்தும் காணப்பட்டார்கள்.

நெருங்கிய நண்பரின் பெற்றோருக்கு அறுபதாம் கல்யாணம், அதுவும் கும்பகோணத்திற்கு அருகில் திருக்கடையூர் கோயிலில் என பத்திரிகை வைத்து அழைத்தபோதே, வழக்கம் போல் போகப் போவதில்லை என மனதில் நினைத்துக் கொண்டேன். பொதுவாக எந்த ஒரு விசேஷத்திற்கும் போவதில்லை. கிடைக்கும் நேரத்தில் தூங்கினால் போதும் என்பது போல் வேலைப்பளு. சமீபமாக கழுத்து வலி வேறு சேர்ந்துகொண்டது. அலைபேசியை ஒரே வாக்கில் கீழ் நோக்கிப் பார்த்துக்கொண்டே இருப்பதால் கழுத்தின் பின்பகுதியில் இருக்கும் எலும்பு தேய்ந்து, முன் பாரம் தாங்காமல் இளமுறி காணுமாம். மொபைலை முகத்திற்கு நேரே வைத்து, கண் பார்வை மங்கியவர்கள் பார்ப்பது போல் உபயோகிப்பதுதான் வலி தீர வழியாம். அப்படித்தான் இப்போதெல்லாம், ஒருமாதிரி சுற்றி இருப்பவர்கள் பார்த்தாலும் பரவாயில்லை என்பதுபோல் பார்த்துக்கொண்டிருக்கிறேன். எப்போதும் நம்மை நோக்கி வாழ்க்கை ஒரு வார்த்தையைப் போட்டு சுண்டி இழுக்கும் பாருங்கள், அப்படியான வார்த்தை நண்பர் வாயிலிருந்து வந்து விழுந்தது.

"சனிப்பெயர்ச்சி வேற வருது, திருக்கடையூர்லாம் போய்ட்டு வர்றது ரொம்ப நல்லது, பண்ண பாவம்லாம் போயிருமாம். அதான் நாங்க மண்டபத்துல வைக்காம அந்தக் கோயில்ல வச்சுருக்கோம்."

பாதிப் பகுத்தறிவு தந்த யோசனையில் "சரி போவோம்" என்று முடிவெடுத்து, மன்னை எக்ஸ்பிரஸில் சென்னையில் இருந்து நேற்று இரவு கிளம்பியவனுக்கு சக பயணியாக அமைந்த அற்புதர், பெரியவர், "திருக்கடையூர் கோயிலா, வெரி குட்! வெரி குட், ரொம்ப விசேசம்ங்க... நீங்க ஒண்ணு பண்ணுங்க, சட்டுனு மயிலாடுதுறைல எறங்கிருங்க, அங்க இருந்து பக்கம்" சொல்லிவிட்டு சட்டென்று தூங்கி விட்டார்.

நானும் ஏதோ ஆகப்பெரிய நன்மை நடந்துவிட்டது போல் விழாக் கமிட்டியாளர்களிடம், என் திட்டம் குறித்துச் சொல்லி ஓட்டுநரை அனுப்பச் சொல்லிவிட்டு, பரபரப்பு குறைந்தவனாக, படுக்கலாம் என எத்தனித்த போது, பளிச்சென பவுடர் அப்பி, கண்கள் சிவக்க வந்த டி.டி.ஆர், என் அடையாள அட்டையைப் பார்த்து, நளினமாய் ஒரு டிக் அடித்தார்.

"சார், மயிலாடுதுறை எத்தன மணிக்கு?"

"2:30க்கு" சொல்லிவிட்டு போய்விட்டார். மேலே யோசனை சொன்னவர் லேசாய் குறட்டை பிரிக்கத் துவங்கி இருந்தார். நடு இரவில் இப்படி எவனாவது போய் இறங்குவானா? அதுவும் 2:30, தூங்கவும் முடியாது. சரி முழித்திருப்போம் என்றால், "லோயர் பர்த்தா தம்பி" என வினவிய பெண்ணிற்கு தாராளப் பிரபுவாய் அருளிவிட்டு, மிடில் பர்த்தில் அடிமைப்பெண் எம்.ஜி.ஆர் போல் அமர்ந்து, படுத்து என , கிளம்பி இருக்கக் கூடாதோ என நினைத்துக் கொண்டேன். (கா.1)

அதுவாவது பரவாயில்லை. மயிலையில் இறங்கி சுற்றும் முற்றும் பார்த்தால், அந்த நடு இரவில் என்னைத் தவிர ஓர் ஆள் கூட இரயில் நிலையத்தில் இல்லை. மெல்ல நடந்து வெளியேறி வண்டியை அடையாளம் கண்டுபிடித்து, ஏறி அமர்ந்தால், ஓட்டுநர் கூட்டிச் சென்றப் பாதை கும்மிருட்டு

எப்படியும் அரை மணி நேரம் பயணம் முழுக்க ஏதோ ஓர் அமானுஷ்யம் என்று நாகரீகமாச் சொன்னாலும் பயம் என்பதே சரியான வார்த்தை. தேவையில்லாமல் வந்துவிட்டோம் என்று தோன்றியது. (கா.2)

ஆனால் அதிகாலை,, கோயில் கோபுரம், அமைதியான ஊர், அற்புதமான காபி என ரம்மியமாய் திறந்தது நாள். கொஞ்சம் கொஞ்சமாக மதுரைக் கூட்டம் தென்பட ஆரம்பித்த போதுதான் தோன்றியது, செல்லப்பாண்டி அண்ணனும் வந்திருப்பாரே... ஏனெனில் நண்பனின் சொந்தம் அவர். அந்த நினைப்பு வந்த நொடியில் எதிர்பட்டு விட்டார். எங்கே ஆளைக் காணோம் என நான் கண்களை ஒரு சுற்று விட்டு திரும்பும்போது எதிரே நின்றார்.

"என்னடா ஈரோ, எப்பிடி இருக்க? மதுரைக்கு வர்ற, ஆனா எங்க ஏரியாக்குள்ளாற வர்றது இல்ல, பெரிய மனுசனாயிட்ட போல"

"அட! என்னாண்ணே நானா ஹீரோ, நீயெல்லாம் இருவது வருசத்துக்கு முந்தியே வீடேறி ஜாரியத் தூக்குன சிங்கம்"

என் குற்றவுணர்வை மறைக்க படாத பாடுபட்டு சிரிப்பது போல் சிரித்தேன். பதிலுக்கு மையமாகச் சிரித்தார்.

"செல்லப்பாண்டி கீதாவ இழுத்துக்கிட்டு ஓடிட்டானாம்டா" என்பதே ஊரின் பெரும்பேச்சாக இருந்தது. நான் கல்லூரியில் இருந்து வீடு திரும்பியவன் நேராக மந்தைக்குச் சென்றுவிட்டேன்.

"தீச் ஜாரி" என்பதை ஆறுமுகம் பத்திற்கும் மேற்பட்ட தடவைகள் சொல்லிவிட்டான். மந்தை, பஸ் ஸ்டாண்ட் என ஆரம்பித்து, தெருவிற்குத் தெரு, முக்கிற்கு முக்கு ஆட்கள் நின்று, இந்த விவகாரம் குறித்துதான் பேசிக்கொண்டிருந்தார்கள்.

காளி தெளிவான குரலில் சொன்னான்... "பாவம்டா, சிக்குனாண்டா செதச்சுறுவாய்ங்க, அந்தப் புள்ளயோட அப்பென் மாட்டு மூளைக்காரென்"

காளி சொல்லும் போதே எனக்கு செல்லப்பாண்டியின் ஒல்லியான உருவம், நான்கைந்து பேர் சேர்ந்து அடிப்பது, வெட்டுவது என காட்சிகள் விரிய,

"லூசாடா அந்தாளு, பொறுக்காம இப்பிடி ஏறி செஞ்சுருக்கான்"

"எப்பிடியும் இன்னைக்கு நைட்டு ஏழ்ரையைக் கூட்டி, ஊர எரிச்சுப்புடுவாய்ங்க, ச்சை"

அதன்பிறகு நான்கு நாள்கள் ஊரே இரண்டாகப் பிரிந்து செல்லப்பாண்டியையும் கீதாவையும் தேடியது. முதல் பிரிவு அழிக்க என்றால், இரண்டாம் பிரிவு காக்க, அல்லது சுமுகமாகப் பேச. மதுரைக்கு அருகில் இருக்கும் சுத்துப்பட்டு ஊர்களில் தேடுதல் வேட்டை பலமாக இருந்தது. என் கண்களுக்கு யாரைப் பார்த்தாலும் கீதா போலவே இருந்தது. ஊரின் மிக அழகான, அமைதியான பெண். எங்களை விட மூத்தவள் எனினும் காளியும் நானும் எவ்வளவோ முயன்றோம் அவளைத் திரும்பிப் பார்க்க வைக்க. இவையேதும் தெரியாமல், எந்த விதக் கள்ளமும் இல்லாமல் எங்களைக் கடக்கும் போது சிரிப்பாள்.

கீதாவின் தந்தை தன் பணபலத்தை பிரயோகித்து தேடித் தீர்த்தார். தீர்க்கத்தான் தேடுகிறார் என்பதை ஊரே அறிந்திருந்தாலும் வேடிக்கை பார்த்தோம்.

"அட விடப்பா, நாலு பகலு, மூணு ரவன்னு நாள் போயிருச்சு, இனி தேடிப் பிடிச்சு என்னா பண்ணப்போற, சீமந்தமா? க்காளி ஒறவே இல்லன்னு அத்துவிடுவயா, தேடுறாராம் தொர"

என எவர் என்ன சொன்னாலும் கீதாவின் தந்தைக்கு காதிலேயே ஏறவில்லை. புத்தியெல்லாம் பெரிய வார்த்தை.

“அட, சின்னப்பயலுக வெள்ளாம வீடு வந்து சேருமா? நீ பேசாமா போப்பா, எம் மகள என்னா பண்ணணும்னு எங்களுக்குத் தெரியும்”

செல்லப்பாண்டி ஓடிப்போன ஐந்தாவது நாள் மதியம். நான் ஏன் அந்தக் காரியத்தைச் செய்தேன் என இன்று வரை எனக்குத் தெரியவில்லை. ஆம். அன்று மதியம் கல்லூரியைக் கட் அடித்துவிட்டு சினிப்பிரியாவில் ‘பாசவலை’ படம் பார்க்க நிற்கும் போதுதான், என் கண்ணில் கீதாவும் செல்லப் பாண்டியும் பட்டார்கள். அரை நொடிதான், சுதாரித்து, ரகுவிடம் சைக்கிளை வாங்கிக்கொண்டு பின்னால் விரட்டிப் போனேன். கரும்பாலை ஏரியாவிற்குள் போய்விட்டார்கள். எனக்குள் என்ன வேதிமாற்றம் நடந்து கொண்டிருக்கிறது என்பது புரிபடாமல் அல்லாடினேன். ஊரே மொத்தமாய் தேடும் இருவரை நான் கண்டுவிட்ட உணர்வு என்னை ஏதோ செய்தது. தியேட்டருக்குப் போய் சைக்கிளைக் கொடுத்துவிட்டு (இளமை ஒரு தும்மல் அதை அடக்காதே இல்லை மறைக்காதே என கமல் பாடிக்கொண்டிருந்தார்) ஓட்டமாய் ஓடி அண்ணா பஸ்ஸ்டாண்டில் அப்போதுதான் புறப்பட்டுக்கொண்டிருந்த பஸ்ஸில் தொற்றினேன். இந்த செய்தியை முதலில் சொல்லப் போவது நானாகத்தான் இருக்கவேண்டும் என்ற உத்வேகம். பேருந்தினுள் ஏறி யாரும் தென்படுகிறார்களா எனப் பார்த்தேன். உள்ளே, கரம் சிரம் புறம் நீட்டாதீர்களுக்கு கீழே மாரியண்ணன் உட்கார்ந்திருந்தார். என்னைப் பார்த்ததும் அருகில் அமரச் சொல்லும் விதமாய் அழைத்தார்.

“ஏண்டா செத்த நிண்டு, அடுத்த வண்டிக்குத்தான வர்றது, டயரு கியரு ஏறுச்சுண்டா என்னாகுறது?”

நர்சிம் | 77

குபுக்கென என் வாயில் இருந்து வார்த்தைகள் வந்தன.

"செல்லப் பாண்டிய பார்த்…"

"என்னடா சொல்ற, எங்கனக்குள்ள" அவரின் கண்கள் சுற்றிச் சுழன்றன, அடிபட்ட புலியின் ஆக்ரோஷம் உணர்த்தியது அவர் என் கையைப் பற்றி மீண்டும் கேட்டது.

"எங்குட்டுடா பார்த்த, அவெந்தானா?"

"கரும்பாலயப் பக்கம்"

என்னை உதறிவிட்டு ஓடும் பஸ்ஸில் இருந்து தாவி இறங்கி, பேருந்தோடே சிறிது தூரம் ஓடிவந்தவர், நின்றார்.

பேருந்தின் பின் கண்ணாடி வழியே அவரைப் பார்த்தேன். நான் ஏதே பெரிய தவறு செய்துவிட்டது போல் உணர்ந்தேன்.

"கெட்டி மேளம்" என ஐயர் சொல்ல, அறுபதாம் கல்யாண மாப்பிள்ளை தாலியைக் கட்டினார். எல்லோரும் கை தட்டினார்கள். நான் சுதாரித்து, கைதட்டினேன். சற்று தள்ளி நின்றிருந்த செல்லப்பாண்டி, கையில் இருந்த பூவையும் அரிசியையும் நன்றாக மேலே தூக்கி மணமக்கள் மீது போட்டு, கண்களை மூடிக் கும்பிட்டார்.

"சாப்பாடு பக்கத்துல ஓட்டல்ல சொல்லி இருக்கு, எல்லாரும் நேரா அங்க போங்க" என விருந்தோம்பினார் நண்பர்.

நான் கூட்டத்தோடு பட்டும் படாமல் நடந்து போய்க் கொண்டிருந்தேன். செல்லப்பாண்டியண்ணன் நிழல் என் நிழலின் மீது படர்ந்து வளர்ந்து என்னைக் கடந்தது. திரும்பியவர், என்னைப் பார்த்ததும் நின்றார்.

மதுரைக்கா இல்ல, மெட்ராஸா?"

அருகில் அவரைப் பார்த்தவுடன் தான் தெரிந்தது. முன் பல் வரிசையை பெயர்ந்து போய் இருந்தது. மூக்கின் அருகில், கன்னத்தில் இருந்து தாடை வரை தையல் போட்ட வடு.

"சென்னை தான்ணே! வேல இருக்கு,"

நான் அவரைத் தவிர்த்து விலகும் முன் அந்தக் கேள்வியைக் கேட்டுவிட்டார்.

"கீதாவக் கூட மெட்ராஸ்லதான் எங்குட்டோ கட்டிக் கொடுத்தாய்ங்க.. கண்ல கிண்ல தட்டுப்படுமா ஒனக்கு?"

இடவலமாக இல்லை எனத் தலையாட்டும் போது சிதறிய கண்ணீர்த்துளி அவர் மீது பட்டிருக்க வேண்டும்.

நிமிர்ந்து என் முகத்தைப் பார்த்தார்.

என் அழுகையை நிறுத்தும் வண்ணம் சட்டென என்னை இறுகக் கட்டிக்கொண்டார்.

- குமுதம் லைஃப் இதழ், 2017.

மீனுக்குட்டி

'**எ**ப்பிடியாச்சும் இந்த மரத்துல ஏறிப்புடணும்..!'

மீனுக்குட்டிக்குச் சட்டென விழிப்புத் தட்டியது. கடந்த ஒரு வாரமாக இப்படித்தான் அதிகாலை வேளைகளில் பட்டென எழுந்து விடுகிறாள். காரணம், ஒரு வாரத்துக்கு முன்பு இந்தப் புதிய வீட்டில் குடியேறியது. புதிய இடம் என்பது காரணம் அல்ல... இந்த வீட்டின் வாசலில் இருக்கும் இந்த மரம்; கிளை இலைகள் பரப்பி அப்படி அழகாக நிற்கும் மகிழமரம்.

எப்படி ஆகஸ்ட் 15ஆம் தேதியில் பிறந்துவிட்டதாலேயே தேசப்பற்று அதிகமாக இருப்பதுபோல் இருக்கிறார்களோ அப்படித்தான் மீனுக்குட்டியின் மனம், மீனுக்குட்டி என்ற பெயரின் காரணமாகவே இன்னமும் ஒரு சிறுமியின் மனநிலையில்

இருப்பதாகக் கொள்ளலாம். எப்படி இந்தப் பெயர் வந்தது என இன்றுவரை எவரும் ஆராய்ந்தது இல்லை. அவள்தான் மூத்தவள். நல்ல உயரம். குட்டி என்பதற்கான எவ்வித முகாந்திரமும் இல்லாத பெண். இரண்டு குழந்தைகளுக்குத் தாய். ஆனாலும், இப்போதுவரை எல்லோருக்கும் மீனுக்குட்டிதான்.

எழுந்து, வாசலுக்கு வந்தாள். அதிகாலை. மிக லேசாக பனி விழுந்துகொண்டிருந்தது. எதிர்வீட்டு பானு, துண்டைச் சுற்றிக்கொண்டு கோலம் போட்டுக்கொண்டிருந்தாள். 'பானு' என்றுதான் சொன்ன நினைவு மீனுவுக்கு. இன்னும் பெயர்கள் மனிதர்கள் அவளுக்குப் பிடிபடவில்லை, இந்த ஒரு வாரத்தில்.

மீனுக்குட்டி நிமிர்ந்து மரத்தைப் பார்த்தாள். ஏழு, எட்டு அடிவரை நடுமரம். மிகச்சிறிய பிடிமானம்தான். கால் வைப்பது கடினம். அதற்கு மேலே இரண்டு பெரிய கிளைகள். கைகளை அகல விரித்து அழைப்பதுபோல் நீண்டன. அதில் ஒரு கிளை சற்று நீண்டு வாசல் பக்கமாய் வளைந்து நின்றது. மரம் முழுக்க இலைகள். தெருவிளக்கு வெளிச்சத்தில் ஓவியம்போல் நின்றிருந்தது. காற்றில் சலசலக்கும் மரத்தைவிட, நிச்சலனமாய் நிற்கும் மரங்கள் அழகு எனில், அதிகாலையின் குறைந்த வெளிச்சத்தில் பறவைகள் சடசடக்கும் மரம் பேரழகு. ஒருநாள்கூட இப்படி நின்று எந்த மரத்தையேனும் ரசித்திருக்கிறோமா என்று மீனுக்குட்டிக்குத் தோன்றிய நொடியில் உள்ளே இருந்து அலறல் சத்தம் கேட்டது.

"வர்றேன்... வர்றேன் இரு..." என அனிச்சையாக சத்தம் கொடுத்துக்கொண்டே ஓடினாள்.

"ஏழு வயசாச்சு... இன்னும் அஞ்சு நிமிசம் அம்மாவக் காணம்னா அழுது ஊரக்கூட்டி அலறுறா... ஊர்ல இல்லாத

அதிசயப் பிள்ள பாரு..." என மீனுக்குட்டியின் மாமியார் அந்த அதிகாலையிலும் தன் அன்றாடத்தைச் செவ்வனே ஆரம்பித்தாள்.

நல்லவேளை, மகள் அழுததால் உள்ளே வந்தாள். அவள் இருந்த மனநிலைக்கு, ஆள் நடமாட்டம் இல்லையென்பதால் மரத்துக்கு அருகில் சென்று தாவிடலாம் என நினைத்திருந்தாள். மாமியார் எழுந்து அமர்ந்திருந்ததைக் கவனிக்கவில்லை. இவள் தாவியிருந்தால், அதை மாமியார் பார்த்திருந்தால்... அவ்வளவுதான் என நினைத்தாள்.

சிணுங்கிய மகளைத் தட்டிக்கொடுத்துக்கொண்டே, அருகில் கால்களைப் பரப்பித் தூங்கிக்கொண்டிருந்த சின்னவனைப் பார்த்தாள். வாயிலிருந்த விரலை எடுத்துவிட்டாள். அவன் மீண்டும் படக்கென வாயில் நுழைத்துக்கொண்டான்.

"கீத்தா... கீத்தா..." எனச் சன்னமாக முணுமுணுத்தாள். 'ம்ம்' கொட்டிக்கொண்டே தூங்கிக்கொண்டிருந்தாள் கீதா.

மகளின் கால்களைப் பிடித்துவிட்டாள்.

மீனுக்குட்டியின் தம்பி பூமிநாதன், இப்படித்தான் அவளைப் பார்த்தவுடனே கால்களை நீட்டுவான்.

"யக்கா பிடிச்சுவிடுக்கா..."

"இப்ப மட்டும் அக்கா நொக்கா..."

"ஏ... ப்ளீஸ் பிள்ள, டஸ்டர்லாம் கொண்டாந்தேன்ல, நிய்யி மிஸ்ஸுகிட்ட குடுத்துப் பீத்துனல்ல..."

"சரி... நீட்டுடா..."

பூமியின் கால்களைப் பிடித்துவிடும்போதுதான் அந்த

ஆசையை முதன்முதலில் சொன்னாள் மீனு.

"எலேய், வாடக சைக்கிள் எடுத்தாரியா எனக்கு."

காலை விருட்டென்று பின்னுக்கு இழுத்தவன், படக்கென எழுந்தான்.

"லூசா பிடிச்சிருக்கு ஒனக்கு, தொலிய பிச்சுப்புடுவாரு அப்பா!"

"பொட்டலுக்குப் போய்ருவம்டா பூமி... டேய் ஒருதடக்க ஓட்டிப்பாக்குறண்டா."

"வேணி ஓட்டுச்சாக்கும்..?"

மீனு அமைதியாக இருக்க, அதுதான் காரணம் என அறிந்த பூமி, சம்மதித்தான். பக்கத்து வீட்டு வேணியின் முன் தன் அக்காளும் சைக்கிள் ஓட்டிக்காட்ட வேண்டும் என ஏனோ அவனுக்குத் தோன்றியது.

திட்டப்படி, முதலில் பூமி கிளம்பினான். கொஞ்சம் இடைவெளி விட்டு மீனுக்குட்டி தொடர்ந்தாள்.

ஊருணிக்கு முன்பு இருந்த மரத்தடியில் கொட்டகையைப் போட்டு மூன்று குட்டி சைக்கிள்கள், ஒரு அரை சைக்கிள் ஒரு பெரிய சைக்கிள் என ஐந்து சைக்கிள்களை வைத்து ஆகப்பெரிய தொழிலதிபர்போல் பிச்சமுத்து அய்யா எந்நேரமும் ஏதேனும் ஒரு சைக்கிளைத் தலைகீழாகத் திருப்பிப்போட்டு பேன் பார்த்துக்கொண்டிருப்பார். என்ன செய்கிறாரோ இல்லையோ, அந்த எண்ணெய் விடும் டப்பாவின் கூர் முனையை செயின் மீது காட்டி டப் டப்பென சத்தம் எழுப்பிக்கொண்டே இருப்பார்.

"என்னடா?"

"சைக்கிள்..."

"எட்டணா இருக்கா?"

பூமி, கையில் பொதித்து வைத்திருந்த ஒரு ரூபாய் நாணயத்தைத் திறந்து காட்டினான்.

வாங்கித்தொலைக்க மாட்டார். சைக்கிளை விடும்போதுதான் கணக்குப் பார்த்து வாங்குவார். சைக்கிள் ஓட்டும் ஆர்வத்தையும் மீறி அந்த நாணயத்தைப் பாதுகாப்பது பெரும்பாடு.

"பள்ளியோடம் இல்லையா இன்னிக்கு?"

"லீவு."

இந்தக் கிளைக் கேள்விகள் எல்லாம் அவர் எழுந்துகொள்ளும் முஸ்தீபுகளுக்கு இடையில் இடைவெளியை அடைக்கத்தான். எழுந்து அவர் வீட்டின் முன் இருந்த மரப்பலகைக்குள் கையை விட்டு அந்த நோட்டை எடுத்தார்.

பெயர், நேரம் எல்லாம் எழுதி, "பாத்துக்கப்பா..." என, சுவரில் மாட்டப்பட்டிருக்கும் கடிகாரத்தைக் காட்டுவார். அவரது கல்யாணப் புகைப்படம் அங்கும் இங்குமாய் வெட்டி ஒட்டிவைக்கப்பட்ட கடிகாரம்.

மீனுக்குட்டியும் வந்து சேர, "அட்றா சக்க, சைக்கிள் பழகுறீகளோ அக்கா?" என அவள் மூக்கைத் தொடவர, அவள் பின்னுக்கு நகர்ந்து, "ஆமா தாத்தா..." என பூமியைப் பார்த்துச் சைகை காட்ட,

"ரெண்டுகால் சைக்கிளா... வேணாம்பிள்ள, மூணுகால் எடுப்போம், பஸ் சைக்கிள்" என ஸ்டியரிங் வைத்த சைக்கிளைக் காட்டினான்.

"டேய், ரெண்டுகால் சைக்கிள் ஓட்டிப் பழகணும்டான்னா இவனொருத்தன்..."

மீனுக்குட்டிக்குள் ஆர்வம் புகத்தொடங்கியது.

பூமி, டக் அடித்துக்கொண்டே முன்னால் போய் ஏறி ஓட்டிக்கொண்டு போக, பொட்டலை நோக்கி ஓட்டமும் நடையுமாய்ப் பின் தொடர்ந்தாள்.

'எப்படியும் இன்று முதுகைச் சாய்க்காமல், ஒருபக்கமாய் ஒதுங்காமல், வேணிபோல் ஓட்டிவிடவேண்டும்' என்று தீர்மானமாக நினைத்துக்கொண்டே பொட்டலுக்குள் இறங்கினாள்.

"சீக்கிரம் வருவியா, எம்புட்டு நேரம், அய்யா எப்பிடி சல்ல்ல்லுனு ஓட்டுனனா... ஒத்தைக்கைய விட்டு!"

"போடா பொய் சொல்லி, ஒத்தக்கைய எங்க விட்ட?"

பூமிக்குச் சுருக்கெனக் கோபம் வர, உடனே சைக்கிளை டக் அடிக்கத் தொடங்கினான். சற்று தூரம் போய் ஏறித் திரும்ப வரும்போது ஒரு கையை விட எத்தனித்தவன் தடுமாறி விழ, மீனு அவனை நோக்கி ஓடினாள்.

"கல்லுல ஏத்திட்டேன்க்கா, இல்லாட்டி ஒத்தக்கைய விட்டு ஓட்டுவேன்" - கையை மடக்கி, லேசாகச் சிராய்த்ததில் பசும்ரத்தம் புள்ளிகள்போல் துளித்த இடத்தில் எச்சில் வைத்துத் துடைத்தான்.

சைக்கிளை எடுத்து, முன் பக்கமாய் நின்று ஹேண்டில்பாரை நேராக்கினான். அப்படிச் செய்யவேண்டும் என்ற ஆசையை நிறைவேற்றிக்கொண்டான் என்றுதான் சொல்லவேண்டும். வேணியின் அண்ணன் அடிக்கடி சைக்கிள் பாரை இப்படிச் சரி செய்வதைப் பார்த்திருக்கிறான்.

"என்னா, நேரா வந்து ஒக்காருர, டக் அடிச்சு ஏறுபிள்ள."

மீனுக்குட்டிக்கு ஜிவ்வென்றானது.

"பாவாடை தடுக்கும்டா, நீ டவுசர் போட்ருக்க."

"அதெல்லாம் ஒண்ணும் பண்ணாது, டக்கடி."

"வேணாம்டா, ப்ளீஸ்டா..." எனச் சொல்லிக்கொண்டே அங்கு கிடந்த ஒரு கல்லைப் பார்த்தவள், சைக்கிளை அங்கு உருட்டிக்கொண்டு போய் ஏறி அமரத் தயாரானாள்.

பூமி, சீட்டைப் பிடித்துக்கொண்டு "முதுக நேரா வை பிள்ள..." எனச் சொல்லிக்கொண்டிருக்கும் போதே சரட்டென மிதிக்க, பள்ளத்துக்கு ஏற்ப, சைக்கிள் சல்லென உருண்டது.

பூமி கத்திக்கொண்டே பின்னால் ஓடினான்.

"ஏ... எங்கக்கா சைக்கிள் ஓட்டிருச்சே..! ஏய்ய் எங்கக்கா சைக்கிள் ஓட்டிருச்சே..!"

மீனுக்குட்டிக்கு றெக்கை முளைத்ததுபோல் இருந்தது. எப்படியும் பத்தடி ஓட்டிவிட்டதாக நினைத்து, தம்பியைப் பெருமையாகத் திரும்பிப் பார்த்தாள்.

ஒரே போடு அவள் முதுகில்... அம்மா!

பூமி, ரோட்டில் ஏறி ஓடிக்கொண்டிருந்தான்.

"எத்தாம்மொக்க வேலைய பண்ற பொட்டக்கழுத! எங்கடா ஆளக்காணமேண்டு பாத்தா, இங்க வந்து பயலுக மாதிரி கூத்தடிக்கிறவ..." பேசிக்கொண்டே இன்னும் இரண்டு அடிகள்! சைக்கிள் ஹேண்டிலை இறுகப் பிடித்துக்கொண்டாள் மீனுக்குட்டி.

விசயம் கேள்விப்பட்டு அப்பா வந்திருந்தார். பின்னால் பூமி பதுங்கி நின்றான்.

ஏதும் சொல்லாமல் சைக்கிளை வாங்கிக்கொண்டு, "போத்தா போ, இங்குட்டுல்லாம் தனியா வரக்கூடாது, ஊர்

கெடக்குற கெடப்புல நீ வேற...'' என முணுமுணுத்துக் கொண்டே சைக்கிளை பூமியின் பக்கம் மாற்றிவிட, அவன் அந்தச் சூழலில் இறுக்கம் மறந்து, டக் டக் என ஒருபக்கமாய் சைக்கிளைச் சாய்த்து ஏறி ஓட்டிப்போனான். அப்பா முன் சைக்கிள் ஓட்டிப்போவது ஒருவிதப் புது உணர்வாய் இருந்ததை, அவன் வாயெல்லாம் பல்லாக, திரும்பித் திரும்பிப் பார்த்துக்கொண்டு போனது உறுதி செய்தது.

கீதாவும் சின்னவனும் எழுந்து டி.வி. பார்த்துக் கொண்டிருக்க, மீனுக்குட்டியின் கணவன் பரபரப்பாகக் கிளம்பிக் கொண்டிருந்தான்.

"என்னா எந்நேரமும் மந்திரிச்சு விட்ட கணக்காவே இருக்க, புது வீடு பிடிக்கலயா?"

உடனே, அவனுடைய அம்மா, "அப்பிடிக் கேளு, எந்நேரமும் வெளில குடுகுடுன்னு போறா, நிமிந்து மானத்தப் பாக்குறா, மண்டைய மண்டைய ஆட்டிக்கிட்டே வர்றா."

மீனுக்குட்டிக்குச் சிரிப்பு வந்தது. "அட, வீட்டுக்கு என்ன, சூப்பரா இருக்கு! சுத்தி எதுவும் செடி நடலாமாண்டு பாத்தேன், அதுக்கு இம்புட்டு..." என நகர்ந்தவளை, "நடுவம் நடுவம்" என்று முறைத்துக்கொண்டே கிளம்பினான்.

"ஏண்டா, மருதக்குள்ள போனா இம்புட்டு சுண்ணாம்பு வாங்கியாடா... கலர் சுண்ணாம்பு."

என காலியான டப்பாவைக் காட்டினாள்.

"ஏங் இதெல்லாம் முக்குக் கடைலயே வாங்க மாட்டிகளோ..?" என சடவுச் சத்தம் கொடுத்துக்கொண்டே வெளியேறினான்.

சமையல் முடித்து பிள்ளைகளுக்கு ஊட்டியதும், மாமியார்க்கு வைத்தவள், அந்தப் பகல் பொழுதின் வெறுமையை வெளியே எட்டிப் பார்த்தாள்.

இரண்டு பக்கமும் தலையைத் திருப்பிப் பார்க்க, தெருவில் அவ்வளவாக ஆள் நடமாட்டம் இல்லை.

உச்சிக்கிளைகளில் வாங்கிய வெயிலை அப்படியே தடுத்துக்கொண்டு, நிழல் பரப்பிக்கொண்டு நின்றது மகிழமரம். காற்றுக்கு லேசாக இலைகள் அசைந்துகொடுத்தன. இன்னும் பிரிக்காத சாமான் மூட்டைகளில் ஒன்றை எடுத்து மரத்தின் பக்கவாட்டில் போட்டால் ஏறிவிடலாம் என நினைத்தாள்.

எதிர்வீட்டுக் கதவைத் திறந்துகொண்டு வந்தவன், இவள் நிற்பதைப் பார்த்து, மீண்டும் உள்ளே போய்விட்டு வந்தான். சட்டையை மாற்றியிருந்தான். சிரித்தான்.

"புதுசா வந்திருக்கீகளா..?"

'ஆம்' எனத் தலையாட்டிவிட்டு, அவன் போவதற்காக ஒரு நொடி காத்திருந்தாள். அவன் வீட்டு வாசலில் இருந்த ஏதோ ஒன்றை இழுத்துப் போட்டு, ஏதோ ஒன்றைப் பண்ணும் வேலையில் இறங்கினான். புரிந்துகொண்டு உள்ளே திரும்பினாள். 'ஆளே இல்லாம இருந்துச்சு, ஏறியிருக்கலாம். முண்டப்பய சைட் அடிக்கிறானாம்... ஆளப்பாரு' என முணுமுணுத்துக்கொண்டே போனாள்.

"ஒன்னய பாக்கவா அவென் வந்தான்?"

பூமியின் குரலில் இருந்த உக்கிரத்தைப் பார்த்து சற்று பயந்தவள்,

"டேய் கத்தாதடா... அப்பா காதுல கேட்டா அப்புறம் டியூஷன் வேணாம்னுருவாரு."

“அதெல்லாம் விடு, அவென் அங்கன எதுக்கு வந்து நின்னான்? வேணி சொல்லுச்சு எங்கிட்ட.”

மீனுக்குட்டி சுற்றும் முற்றும் பார்த்துவிட்டு,“டேய் பத்தாப்போட நிறுத்துவேண்டவர்ட்ட கெஞ்சிக்கூத்தாடி காலேஜ் வரைக்கும் வந்துட்டேன், ஏண்டா எழவக் கூட்டுற, அவென் யார் என்னான்னே தெரியாது!”

“பொய் சொல்லாத மீனுக்குட்டி, சிரிச்சியாம்ல?”

அவ்வளவுதான், அதுவரை அடக்கிவைத்திருந்த ஆற்றாமை கங்காய் வெளிப்பட்டது.

“சிரிச்சனா, எவென் சொன்னது? ஆனா இனிமே சிரிப்பேன், போ!”

பூமிக்கு ஒரு நொடி என்ன பதில் சொல்வது எனப் புரியவில்லை. பெண் சட்டெனு ஆமோதித்து, ‘ஆவதைப் பார்’ எனச் சொல்லிவிட்டால் அவ்வளவுதான், எதிர்வினையாக என்ன செய்துவிடமுடியும்? குழப்பமாகவும் பயந்தும் நின்றான்.

“யக்கா, அவென் பெரிய ஏழ்ர...”

“டேய், யார்னே தெரியாதுடான்றேன்...”

“அப்புறம் எதுக்கு அங்க நின்ன?”

“அந்த ஒத்த மரத்துல ஏற முடியுமாண்டு வேணி கேட்டா, நானும் டெய்லி பஸ்ல போகும்போது பாப்பேன்... சரி, ஏறலாம்னு நின்னேன்.”

பூமி அதிர்ந்தான்.

பாவாடை தாவணியோடு அவள் அந்த மரத்தில் ஏறுவதை அவனால் கற்பனைசெய்து பார்க்கவே முடியவில்லை.

“எப்பிடி ஏறுவ..?” என, அவள் உடையை மேலும் கீழும் பார்த்துக் கேட்டான்.

“எப்பிடியோ... வேணியும் முடியவே முடியாதுன்னு சொன்னா, ஆனா ஏறிப்புடுவேண்டா, நீ மட்டும் அங்க வரலைன்னா இன்னிக்கு ஏறியிருப்பேன்.”

பூமிக்கு அவளை ஓங்கி ஓர் அறை விடவேண்டும் போல் இருந்தது.

“பொம்பளப்பிள்ள மாதிரியா பேசுற? பாவாட தாவணியப் போட்டுக்கிட்டு மரம் ஏறுவியோ, இரு அம்மா வரட்டும்.”

“அம்மா... ம்மமா...” - சின்னவன் குரல் மதியத் தூக்கத்தை முடித்து வைத்தது. எழுந்து, மாமியாரிடம் சென்றவள், கீதா தன் பாட்டியோடு அமர்ந்து ஏதோ மும்முரமாய் விளையாடிக்கொண்டிருப்பதைப் பார்த்து அவள் தலையில் செல்லமாய்த் தட்டிவிட்டு, சின்னவனை இழுத்துக்கொண்டு வெளியில் வந்து மரத்தடியில் அமர்ந்தாள்.

வண்டிச்சத்தம் கேட்டதும் சிரித்தான். அப்பாவின் வண்டிச் சத்தம் என எப்படியோ அடையாளம் கண்டுகொள்கிறான் எனச் சிரித்தாள்.

அப்பாவைப் பார்த்ததும் தாவினான்.

“ரவுண்டடிப்பமா ரவுண்டு...” என அவனை வாங்கி பெட்ரோல் டாங்க்கில் அமரவைத்து ரவுண்டு போனான். “டீ போட்டு வையி” என்றான் வண்டியைத் திருப்பும் முன்.

“அது சரிடியம்மா, நான் வரல இந்த வில்லங்கத்துக்கு” - வேணி ஒரேடியாய் மறுத்தாள்.

மீனுக்குட்டிக்கு ஏமாற்றமாய் இருந்தது. ‘அப்பா, தம்பி, வேணியின் அண்ணன் என எல்லோரும்

தினமும் இரண்டு முறை அதைப் பற்றி அவ்வளவு பெருமையடித்துக்கொள்கிறார்களே, அப்படி என்ன அதில் இருக்கிறது எனப் பார்ப்போம்' என வேணியிடம், "நம்மளும் அந்த டீக்கடைல மசாலா டீ குடிப்பமா, அந்த கிளாஸ்ல" என்று கேட்டதிலிருந்து வேணி வெடுக் வெடுக்கென இவளைத் திட்டிக்கொண்டிருக்கிறாள்.

"கல்யாணத்துக்குப் பாத்துக்கிட்டுக் கெடக்காரு ஒங்கப்பா. எனக்குப் பரிசம் போட்டுட்டாய்ங்க. மந்தைல மசாலா டீ குடிச்சா விடிஞ்சுரும்டீ யம்மா, வேணும்ண்டா தூக்குபனில பூமிய விட்டு வாங்கி வரச்சொல்லிக் குடிப்போம்."

"அட போடி... அங்க, கடை வாசல்ல நின்னு, அந்தக் கண்ணாடி டம்ளர்ல குடிப்பம்ன்னா..."

அப்படி இப்படி எனப் பேசி வேணியை ஒருவழியாக சம்மதிக்க வைத்து, மீனாட்சியம்மன் கோவிலுக்குப் போகும் நாளில், பஸ் ஏறும் முன் டீக்கடையில் நின்றுவிட்டாள். வேணிக்கும் ஆசைதான். கடைக்குக் கொஞ்சம் முன்னரே பஸ்ஸுக்கு நிற்பதுபோல் நின்றுகொண்டார்கள். போக வேண்டிய பேருந்துகள் வரிசையாக வந்தன, காலியாகவும். விட்டுவிட்டு தக்க தருணத்திற்காகக் காத்திருந்தார்கள்.

யாரும் இல்லாத நேரம் போய் 'ரெண்டு டீண்ணே' எனச் சொல்லிக் குடிப்பது என்பதே திட்டம்.

ஒருவழியாகக் கூட்டம் நழுவி, மாஸ்டர் மட்டும் கடையில் இருக்க, இருவரும் கடையை நோக்கிப் போனார்கள். "மசாலா டீன்னு சொல்லணும்டீ" எனக் கிசுகிசுத்தாள் வேணியிடம். "நீயே சொல்லு."

கடை முன் நிற்கவும், எங்கிருந்தோ தபதபவென ஓடிவந்த ஒருவன் டீக்கடை முன்னர் மோதி நிற்க,

அவனை விரட்டிக்கொண்டு வந்தவர்கள் அவன் மேல் விழுந்து இழுக்க, கெட்ட கெட்ட வார்த்தைகளாய்த் திட்டத் தொடங்கி, அடித்தார்கள்.

“தண்ணியப் போட்டா பெரிய வெண்ணெயாடா நிய்யி, எந்தூர்ரா?” என ஏதேதோ சொற்கள். வேணி ஓடிப்போய் பஸ் ஸ்டாண்டில் நின்றுவிட்டாள். மீனுக்குட்டி பரிதாபமாய் அவளை நோக்கி நடந்தாள்.

இஞ்சி வாசம் காற்றில் மிதக்க, “கும்முனு இருக்கும்டா ஒங்கம்மா போடுற டீ” எனச் சொல்லிக்கொண்டே குடித்தான். “ஆமா, சீமைல்ல இல்லாத டீ..!” என மாமியார் சிரிக்க, அவளுக்கும் சிரிப்பு வந்தது. “நல்லா சொல்லுங்க, எந்நேரமும் அது நல்லாருக்கு இது நொல்லையாருக்குன்னு என்னத்தயாச்சும் சொல்றாரு.”

“அட சொல்லட்டும்டீ. எங்கிட்டல்லாம் நல்லா இல்லைன்னுதான் சொல்லுவானுங்க... நல்லா இருந்தா வாயையும் அதையும் மூடிக்கிட்டுப் போயிருங்க. சொல்லட்டும்... சொல்லட்டும்.”

ராகமாய் இழுத்துப் பாட ஆரம்பித்தாள் கிழவி.

இருள் நிதானமாய்ப் படரப்படர இரவு வந்துவிட்டிருந்தது. நீள நீளமாய் நிழல்கள் ஊடாட, மரத்துக்கு மேலே நிலா மிக மெதுவாய் நங்கூரம்போல் நகர்ந்துகொண்டிருந்தது. காற்றுக்கு அசைந்த மரத்தின் கிளைகள் மீனுக்குட்டியை வா என்று அழைப்பதுபோல் பட்டது. தெருவில் எல்லோரும் அங்கங்கே நின்றும் அமர்ந்தும் பேசிக்கொண்டிருந்தார்கள்.

மீனுக்குட்டியின் மனம் கணக்குப் போட்டது. எப்படியாவது தாவிவிட்டால், அதோ, அந்தச் சிறிய கொப்பில் கால் வைத்துவிடலாம். அங்கிருந்து இதோ இந்தப் பிசின் வைத்த சிறிய மேட்டில் இன்னொரு காலடி

வைத்தால் கிளையைப் பிடித்துவிடலாம். ஏறி, கிளைமீது அமர்ந்து கீழே பார்க்க வேண்டும். நினைக்கும்போதே ஜிவ்வென்று ஆனது.

“எம்புட்டு நேரமா கூப்புடுது எங்கம்மா...” - ஏப்பம் விட்டுக்கொண்டே வெளியே வந்தவன், சொல்ல,

“ப்ச்” என எழுந்து போனாள்.

“கீதாப்பிள்ள எங்க?”

“ஆமா இந்நேரம் வரைக்கும் முழிச்சிருக்குமா?”

“அதுவும் சர்த்தான், பொம்பளப்பிள்ள தூங்கட்டும், நீ வாடா சிங்கக்குட்டி” என மகனைத் தூக்கி, மேல் நோக்கி வீச அவன் சிரித்து, சிணுங்கினான்.

உலுக்கினாள் மாமியார். “ஏய் மீனுக்குட்டி, எந்திரி, எந்திரிடி, ஐயய்யோ..!”

அவளின் அலறல் தூக்கிவாரிப்போட்டது மீனுக்குட்டியை. நல்ல தூக்கம் தூங்கியிருந்திருக்கிறாள், மணி ஏழு ஆகிவிட்டிருந்தது.

வாசலில் கூட்டம். குழப்பமான சத்தம். சட்டெனத் திரும்பி, கணவனைப் பார்த்தாள். காணவில்லை. சின்னவன் தூங்கிக் கொண்டிருந்தான். மீனுக்குட்டிக்கு ஒன்றும் புரியவில்லை. ஆனால், ஏதோ கலவரம் என மனம் அலறியது. மாமியார் வாசலை நோக்கி ஓடினாள்.

சிலபொழுது இப்படித்தான். ஏதோ மிகப்பெரிய அசம்பாவிதம் எனத் தெரிந்தும், ஓரிரு நிமிடம் எதுவும் செய்யாமல் வாங்கப்போகும் அதிர்ச்சியைத் தாங்குவதற்குத் தயார் ஆகும் மனம். அமர்ந்திருந்தவள், பயமும் பதற்றமுமாக எழுந்து வாசல் நோக்கி ஓடினாள்.

எல்லோரும் மரத்தையே நிமிர்ந்து பார்த்துக் கொண்டிருக்க, விசும்பலும் அழுகையுமாக கீதா மரக்கிளையில் நின்றிருந்தாள். அவள் கால்கள் நடுக்கத்தில் ஆடிக்கொண்டிருந்தன.

"பொம்பளப்பிள்ளை பண்ற காரியமா, எப்பிடிய்யா ஏறுனா?"

"அட, அந்த வண்டில கால வச்சு ஏறி அப்பிடியே தாவிருச்சு போலப்பா, பாவம் எறங்கத் தெரியாம முழிக்கிது, தாவு பாப்பா..." எனக் கைகளை அவளுக்கு நேராக நீட்டினார்கள்.

அழுதுகொண்டே நின்ற கீதா, அம்மா வெளியே வந்ததும் பயந்துபோய்ப் பார்த்தாள், உதடுகள் விம்ம.

மீனுக்குட்டி கண்களில் நீர்வழிய புறங்கையால் துடைத்துக்கொண்டே, மகளைப் பார்த்துச் சிரித்தாள்.

மீனுக்குட்டி சிரிப்பதைப் பார்த்த கீதா, அழுகையின் ஊடே, அம்மாவைப் பார்த்து மிக மெலிதாய்ச் சிரித்தாள்.

* * *